ಕೊಟ್ಟಿ ಮನೆ

ವಿನಯ್ ಕಶ್ಯಪ್

ಮುನ್ನುಡಿ

ಕೆಲವು ಮನೆಗಳು ಕೇವಲ ಇಟ್ಟಿಗೆ, ಮಣ್ಣು, ಮರದಿಂದ ಕಟ್ಟಲ್ಪಟ್ಟಿರುತ್ತವೆ. ಆದರೆ ಕೆಲವು ಮನೆಗಳು ನೆನಪುಗಳಿಂದ, ಮರೆಮಾಚಿದ ರಹಸ್ಯಗಳಿಂದ ಕೂಡ ಕಟ್ಟಲ್ಪಟ್ಟಿರುತ್ತವೆ. ತೊಟ್ಟಿ ಮನೆ ಅಂತಹ ಒಂದು ಮನೆ.

ಹಳ್ಳಿಯ ಅಂಚಿನಲ್ಲಿ ನಿಂತಿರುವ ಈ ಹಳೆಯ ಮನೆ ವರ್ಷಗಳ ಮೌನವನ್ನು ತನ್ನ ಗೋಡೆಗಳಲ್ಲಿ ಅಡಗಿಸಿಕೊಂಡಿದೆ. ದಿನದ ಬೆಳಕಿನಲ್ಲಿ ಸಾಮಾನ್ಯವಾಗಿ ಕಾಣುವ ಈ ಮನೆ, ರಾತ್ರಿ ಕತ್ತಲಿನಲ್ಲಿ ಬೇರೆ ರೀತಿಯೇ ಇರುತ್ತದೆ. ಅದರ ಬಾಗಿಲುಗಳು ಮುಚ್ಚಿಕೊಂಡಿದ್ದರೂ ಒಳಗಿಂದ ಕೇಳಿಬರುವ ಹೆಜ್ಜೆಗಳ ಸದ್ದು, ಕಿಟಕಿಗಳಲ್ಲಿ ಕಾಣಿಸಿಕೊಳ್ಳುವ ನೆರಳುಗಳು, ಮತ್ತು ವರ್ಷಗಳ ಹಿಂದೆ ನಡೆದ ಒಂದು ಕಾಣೆಯಾದ ಘಟನೆಯ ಗುಟ್ಟು—ಇವೆಲ್ಲವೂ ಈ ಕಥೆಯ ಹೃದಯವಾಗಿದೆ.

ತೊಟ್ಟಿ ಮನೆ ಕೇವಲ ಭಯ ಹುಟ್ಟಿಸುವ ಕಥೆಯಲ್ಲ; ಇದು ಮನುಷ್ಯರ ಮನಸ್ಸಿನ ಒಳಗುಟ್ಟಿನ ಕಥೆ. ಪ್ರೀತಿ, ದ್ರೋಹ, ಲಾಲಸೆ, ಪಶ್ಚಾತ್ತಾಪ—

ತೊಟ್ಟಿ ಮನೆ

ಇವುಗಳು ಸೇರಿ ಹೇಗೆ ಒಂದು ಮನೆಯನ್ನೇ ರಹಸ್ಯದ ಕೋಟೆಯಾಗಿ ಮಾಡುತ್ತವೆ ಎಂಬುದನ್ನು ಈ ಕತೆ ತೆರೆದಿಡುತ್ತದೆ.

ಈ ಪುಸ್ತಕದ ಪ್ರತಿಯೊಂದು ಪುಟವೂ ನಿಮ್ಮನ್ನು ಒಂದು ಹೊಸ ಪ್ರಶ್ನೆಯ ಕಡೆಗೆ ಕರೆದೊಯ್ಯುತ್ತದೆ. ಪ್ರತಿಯೊಂದು ಅಧ್ಯಾಯವೂ ಸತ್ಯದ ಹತ್ತಿರ ಕರೆದೊಯ್ಯುವಂತೆ ತೋರಿ, ಮತ್ತೆ ಹೊಸ ಅನುಮಾನವನ್ನು ಹುಟ್ಟಿಸುತ್ತದೆ. ಕೊನೆಯ ಪುಟದವರೆಗೆ ನೀವು ಊಹಿಸುವ ಸತ್ಯ, ಸತ್ಯವೇ ಆಗಿರದೆ ಇರಬಹುದು.

ಈ ಕಥೆಯನ್ನು ಓದುವಾಗ ಕೇವಲ ಓದುಗರಾಗಿ ಉಳಿಯಬೇಡಿ. ತನಿಖಾಧಿಕಾರಿಯಾಗಿ ಓದಿ. ಪ್ರತಿಯೊಂದು ಪದದ ಹಿಂದೆ ಅಡಗಿರುವ ಸೂಚನೆಯನ್ನು ಗಮನಿಸಿ. ಯಾಕೆಂದರೆ ತೊಟ್ಟಿ ಮನೆ ತನ್ನ ರಹಸ್ಯವನ್ನು ಎಲ್ಲರಿಗೂ ಹೇಳುವುದಿಲ್ಲ...

-ವಿನಯ್

ತೊಟ್ಟಿ ಮನೆ

ತೊಟ್ಟಿ ಮನೆ

ಅಧ್ಯಾಯ ೧ : ಆಹ್ವಾನ

ಒಂದೂರಿನಲ್ಲಿ ಒಂದು ದೊಡ್ಡ ಮನೆ ಇತ್ತಂತೆ. ಕಾಲದ ಹೊಡೆತಕ್ಕೆ ಪಾಳು ಬಿದ್ದು, ಗೋಡೆಗಳು ಬಿರುಕು ಬಿಟ್ಟಿದ್ದವು, ಕಿಟಕಿಗಳು ಗಾಳಿಗೆ ಗೀಳಾಡುತ್ತಾ ನಿಂತಿದ್ದವು. ಊರಿನ ಜನ ಯಾರೂ ಆ ಮನೆಯ ಹತ್ತಿರಕ್ಕೂ ಹೋಗೋದಿಲ್ಲವಂತೆ. ಸಂಜೆ ಕತ್ತಲಾಗುತ್ತಿದ್ದಂತೆ ಆ ಮನೆ ಬೇರೆ ರೂಪ ತಾಳುತ್ತಿತ್ತಂತೆ—ಒಂದು ಬದಿಯಿಂದ ಗೆಜ್ಜೆಯ ಸಣ್ಣ ಶಬ್ದ, ಇನ್ನೊಂದು ಬದಿಯಿಂದ ಕಪ್ಪು ನೆರಳು

ಸರಿದಾಡಿದಂತೆ ಕಾಣುತ್ತಿತ್ತಂತೆ. ಕೆಲವರು ಹೇಳೋದು, ಅಲ್ಲಿ ಹೋದವರು ಮರಳಿ ಬಂದಿಲ್ಲ ಅಂತ. ಇನ್ನೂ ಕೆಲವರು, ಮನೆ ಒಳಗಿಂದ ಯಾರೋ ಅಳುವ ಶಬ್ದ ಕೇಳುತ್ತದೆ ಅಂತ. ಹೀಗಿರುವಾಗ, ಒಂದು ದಿನ ಧೈರ್ಯ ಮಾಡಿಕೊಂಡು ಒಬ್ಬ ಮನುಷ್ಯ ಆ ಮನೆಯೊಳಗೆ ಹೋಗಿದ್ದನಂತೆ. ಬಾಗಿಲು ತಳ್ಳಿದ ಕ್ಷಣಕ್ಕೆ ಧೂಳು ಏಳಿ ಕಣ್ಣು ಮುಚ್ಚಿಸಿತಂತೆ. ಅವನು ನಡುಗುತ್ತಾ ಒಳಗೆ ಹೆಜ್ಜೆ ಇಟ್ಟಾಗ, ಅಚಾನಕ್ ಮರದ ಮೇಲಿಂದ ಏನೋ ಬಿದ್ದ ಶಬ್ದ–ಧಡಕ್! ಅವನು ಹೆದರಿ ಮೇಲೆ ನೋಡಿದ್ರೆ...!

"ಓಹ್! ಸ್ಟಾಪ್... ಸ್ಟಾಪ್! ಏನಿದು ಈ ತರ ಕಥೆ ಹೇಳ್ತಿದ್ದೀರಲ್ಲ?"

ಅಚಾನಕ್ಕಾಗಿ ಗಟ್ಟಿಯಾದ ಧ್ವನಿ ಕೊಠಡಿಯಲ್ಲಿ ಮೊಳಗಿತು.

"ಒಬ್ರು ಕೊಟ್ಟಿದ್ ಕೆಲಸಾನ ನೆಟ್ಟಗ್ ಮಾಡಲ್ಲ. ಕೆಲಸ ಬಿಟ್ಟು ಕಥೆ ಹೇಳ್ತಾ ಕುಳಿತಿದೀರಾ!" ಎಂದು ತನ್ನ ಗೆಳತಿಯರ ಮೇಲೆ ಈಶಾ ಜೋರಾಗಿ ಕೂಗಿದಳು.

ಈಶಾ ಯಾರು ಅಂದ್ರೆ, ಇಂಡಿಯನ್ ಇನ್ಸ್ಟಿಟ್ಯೂಟ್ ಆಫ್ ಆರ್ಕಿಯಾಲಜಿಯಿಂದ ಪದವಿ ಪಡೆಯುತ್ತಿದ್ದ ವಿದ್ಯಾರ್ಥಿನಿ. ಚುರುಕು ಬುದ್ಧಿ, ನೇರ ಮಾತು, ಏನಾದರೂ ವಿಚಿತ್ರ ವಿಷಯ ಕಂಡರೆ ಅದರ ಹಿಂದೆ ಇರುವ ಸತ್ಯ ಹುಡುಕುವ ಸ್ವಭಾವ–ಇವು ಅವಳ ಗುಣಗಳು. ಇನ್ನೂ ಎರಡು ತಿಂಗಳಲ್ಲಿ ತನ್ನ ಫೈನಲ್ ಪ್ರಾಜೆಕ್ಟ್ ಸಲ್ಲಿಸಬೇಕಿತ್ತು. ಆ ಸಮಯದೊಳಗೆ ತನ್ನ ತಂಡದ ಜೊತೆ ಒಳ್ಳೆಯ ಸ್ಥಳವೊಂದನ್ನು ಹುಡುಕಿ, ಅಲ್ಲಿನ ಇತಿಹಾಸ, ಕಥೆಗಳು, ಪುರಾಣಗಳು

ಮತ್ತು ಮರೆತುಹೋದ ಸತ್ಯಗಳನ್ನು ಸಂಗ್ರಹಿಸಬೇಕಾಗಿತ್ತು. ಬೇರೆ ಸ್ನೇಹಿತರೆಲ್ಲಾ ದೇವಾಲಯಗಳು, ಕೋಟೆಗಳು, ಅರಮನೆಗಳು, ಹಳೆಯ ನಗರಗಳು ಅಂತ ಆಯ್ಕೆ ಮಾಡುತ್ತಿದ್ದರೆ, ಈಶಾಳ ಮನಸ್ಸು ಮಾತ್ರ ಬೇರೆ ದಾರಿಯಲ್ಲಿ ಓಡುತ್ತಿತ್ತು. ಜನರಿಗೆ ಭಯ ಹುಟ್ಟಿಸುವ, ಯಾರೂ ಹತ್ತಿರ ಹೋಗದ, ಭೂತದ ಬಂಗಲೆ ಎಂದು ಹೆಸರು ಪಡೆದ ಜಾಗಗಳತ್ತ ಅವಳಿಗೆ ವಿಚಿತ್ರ ಆಕರ್ಷಣೆ.

"ಜನ ಹೆದರುವ ಜಾಗಗಳಲ್ಲೇ ಹೆಚ್ಚು ರಹಸ್ಯ ಇರುತ್ತೆ," ಎಂದು ಅವಳು ಹೇಳುತ್ತಿದ್ದಳು.

"ಅಲ್ಲಿ ನಿಜವಾಗಿಯೂ ಏನಾದ್ರು ಇದೆಯಾ? ಇಲ್ಲ ಜನರ ಕಲ್ಪನೆನಾ? ಅದನ್ನೇ ಕಂಡುಹಿಡಿಯಬೇಕು."

ಅವಳ ಗುಂಪಿನವರ ಬಗ್ಗೆ ಹೇಳೋದಾದರೆ–ಆದ್ಯಂತ್, ಅಹಲ್ಯ ಮತ್ತು ನೀರಾ.

ಆದ್ಯಂತ್ ಹಾಗೂ ಅಹಲ್ಯ ಕ್ಲಾಸಿಕಲ್ ಆರ್ಕಿಯಾಲಜಿ ವಿಭಾಗದಲ್ಲಿ ಪಿ.ಹೆಚ್.ಡಿ ಮಾಡುತ್ತಿದ್ದರು. ಆದ್ಯಂತ್ ಶಾಂತ ಸ್ವಭಾವದವನು. ಮಾತು ಕಡಿಮೆ, ಗಮನ ಹೆಚ್ಚು. ಅಹಲ್ಯ ಬುದ್ಧಿವಂತಿ, ಆದರೆ ಪ್ರತಿಯೊಂದು ವಿಷಯಕ್ಕೂ ಸಾಕ್ಷಿ ಬೇಕು ಅನ್ನೋ ಸ್ವಭಾವದಳು. ನೀರಾ ಕಥೆ ಸ್ವಲ್ಪ ಬೇರೆ. ಅಮೆರಿಕಾದಲ್ಲಿ ಆರ್ಕ್ಯಾಲಜಿ ಓದುತ್ತಿದ್ದಳು. ಆದರೆ ತನ್ನ ಅಜ್ಜಿಯ ಆರೋಗ್ಯ ಹದಗೆಟ್ಟ ಕಾರಣ ಮಧ್ಯದಲ್ಲೇ ಭಾರತಕ್ಕೆ ಹಿಂದಿರುಗಿ, ಇಂಡಿಯನ್ ಇನ್ಸ್ಟಿಟ್ಯೂಟ್ ಆಫ್

ಆರ್ಕಿಯಾಲಜಿಗೆ ಸೇರಿದ್ದಳು. ಜನಪದ ಕಥೆಗಳು, ಊರಿನ ನಂಬಿಕೆಗಳು, ಸಂಪ್ರದಾಯಗಳ ಬಗ್ಗೆ ಅವಳಿಗೆ ಅಪಾರ ಆಸಕ್ತಿ.

ಈ ನಾಲ್ವರೂ ಸದ್ಯಕ್ಕೆ ಕರ್ನಾಟಕದಲ್ಲಿ ಇರುವ ಯಾವುದಾದರೂ ಅಪರೂಪದ ಸ್ಥಳವನ್ನು ಆಯ್ಕೆ ಮಾಡಿ, ಅದರ ಬಗ್ಗೆ ಆಳವಾಗಿ ತನಿಖೆ ಮಾಡಿ, ತಮ್ಮ ಪ್ರಾಜೆಕ್ಟ್ ಅನ್ನು "ದಿ ಬೆಸ್ಟ್ ಪ್ರಾಜೆಕ್ಟ್ ಆಫ್ ದ ಇಯರ್" ಆಗಿಸಬೇಕೆಂದು ತಯಾರಿ ಮಾಡುತ್ತಿದ್ದರು. ಈಗಾಗಲೇ ಅದಕ್ಕಾಗಿ ರಿಸರ್ಚ್ ಕೂಡ ಶುರುಮಾಡಿದ್ದರು. ಪುಸ್ತಕಗಳು, ಹಳೆಯ ದಾಖಲೆಗಳು, ಪತ್ರಿಕೆ ಕತ್ತರಣೆಗಳು, ಊರಿನ ಹಿರಿಯರು ಹೇಳಿದ ಕಥೆಗಳು—ಎಲ್ಲವೂ ಅವರ ಮೇಜಿನ ಮೇಲೆ ಚೆಲ್ಲಾಪಿಲ್ಲಿಯಾಗಿ ಬಿದ್ದಿದ್ದವು.

ಮುಂದಿನ ದಿನವೇ ಅವರೆಲ್ಲರೂ ತಮ್ಮ ಪ್ರಾಂಶುಪಾಲರ ವಿಶೇಷ ಅನುಮತಿ ಪಡೆದು, ಭಾರತದ ಅತ್ಯಂತ ಪ್ರಾಚೀನ ಗ್ರಂಥಾಲಯಗಳಲ್ಲಿ ಒಂದೆಂದು ಹೆಸರು ಪಡೆದ **ಒಡೆಯರ್ ರಿಸರ್ಚ್ ಇನ್ಸ್ಟಿಟ್ಯೂಟ್** ಕಡೆ ಹೊರಟರು. ಮೈಸೂರು ನಗರದ ಹಳೆಯ ಭಾಗದಲ್ಲಿ ನೆಲೆಸಿದ್ದ ಆ ಕಟ್ಟಡವೇ ಒಂದು ಇತಿಹಾಸದಂತೆ ಕಾಣುತ್ತಿತ್ತು. ಕೆಂಪು ಕಲ್ಲಿನ ಗೋಡೆಗಳು, ಉದ್ದವಾದ ತೂಣಗಳು, ಮರದ ಬಾಗಿಲುಗಳು, ಗಾಜಿನ ಕಿಟಕಿಗಳಲ್ಲಿ ಬೀಳುತ್ತಿದ್ದ ಬೆಳಕು—ಒಳಗೆ ಕಾಲಿಟ್ಟ ಕ್ಷಣಕ್ಕೆ ಕಾಲವೇ ಹಿಂದುಮುಂದು ನಡೆದಂತ ಅನುಭವ.

ತೊಟ್ಟಿ ಮನೆ

ಹೊರಗೆ ಬಿಸಿಲಿದ್ದರೂ, ಒಳಗೆ ವಿಚಿತ್ರವಾದ ತಂಪು. ಹಳೆಯ ಕಾಗದದ ವಾಸನೆ, ಮರದ ಶೇಲ್ಫ್‌ಗಳ ಮೌನ, ಪುಟ ತಿರುಗುವ ಸಣ್ಣ ಶಬ್ದ—ಎಲ್ಲವೂ ಸೇರಿ ಆ ಜಾಗಕ್ಕೆ ಒಂದು ಅಪರೂಪದ ಗಂಭೀರತೆ ನೀಡಿದ್ದವು.

"ಇಲ್ಲೇ ಉತ್ತರ ಸಿಗಬಹುದು," ಎಂದು ಈಶಾ ನಿಧಾನವಾಗಿ ಹೇಳಿದಳು.

ಅವರೆಲ್ಲರೂ ಕಾದಂಬರಿ ಹಾಗೂ ಇತಿಹಾಸ ವಿಭಾಗಕ್ಕೆ ಹೋದರು. ಸಾಲು ಸಾಲಾಗಿ ನಿಂತಿದ್ದ ಸಾವಿರಾರು ಗ್ರಂಥಗಳು ಮೌನವಾಗಿ ಅವರನ್ನು ನೋಡುತ್ತಿರುವಂತೆ ಕಂಡವು.

ಆದ್ಯಂತ್ ಪುಸ್ತಕಗಳ ಹೆಸರು, ವರ್ಷ, ಲೇಖಕರ ಪಟ್ಟಿಗಳನ್ನು ಪರಿಶೀಲಿಸಲು ಶುರುಮಾಡಿದ.

ಅಹಲ್ಯ ಹಳೆಯ ಸೂಚಿಪಟ್ಟಿಗಳನ್ನು ತೆರೆದು ಟಿಪ್ಪಣಿಗಳನ್ನು ಬರೆದುಕೊಳ್ಳುತ್ತಿದ್ದಳು.

ನೀರಾ ಜನಪದ ಕಥೆಗಳ ವಿಭಾಗದಲ್ಲಿ ಹುಡುಕುತ್ತಾ ಇದ್ದಳು.

ಈಶಾ ಮಾತ್ರ ಒಂದೊಂದು ಶೇಲ್ಫ್ ಹತ್ತಿರ ನಿಂತು ಹೆಸರನ್ನೇ ನೋಡಿ ಏನನ್ನೋ ಹುಡುಕುತ್ತಿದ್ದಳು.

ಒಂದು ಗಂಟೆ ಕಳೆದುಹೋಯಿತು. ಮತ್ತೊಂದು ಗಂಟೆಯೂ ಕಳೆಯಿತು. ಆದರೂ ಅವರಿಗೆ ಬೇಕಾದ ಸುಳಿವು ಸಿಗಲಿಲ್ಲ. ನೀರಾ ಬೇಸರದಿಂದ ಪುಸ್ತಕವೊಂದನ್ನು ಮುಚ್ಚಿ ಮೇಜಿನ ಮೇಲೆ ಇಟ್ಟಳು.

ತೊಟ್ಟಿ ಮನೆ

"ಅಯ್ಯೋ... ಇವೆಲ್ಲಾ ಯಾಕೆ? ನಾವು ಕೂಡ ಸಾಮಾನ್ಯ ರಾಜವಂಶದ ಬಗ್ಗೆ ಪ್ರಾಜೆಕ್ಟ್ ಮಾಡಬಹುದಲ್ಲವಾ? ಕೋಟೆ, ಅರಮನೆ, ದೇವಸ್ಥಾನ–ಎಲ್ಲರೂ ಮಾಡೋದೇ ಮಾಡೋಣ. ಸುಲಭ ಆಗುತ್ತೆ," ಎಂದಳು. ಈಶಾ ತಕ್ಷಣ ತಲೆತ್ತಿ ನೋಡಿದಳು.

"ಅದನ್ನೇ ಎಲ್ಲರೂ ಮಾಡ್ತಾರೆ. ನಾವು ಕೂಡ ಅದನ್ನೇ ಮಾಡಿದ್ರೆ ನಮ್ಮ ವಿಶೇಷತೆ ಏನು?" ಎಂದಳು ದೃಢವಾಗಿ.

ಅಹಲ್ಯ ನಗುತಾ, "ನಿನ್ನ ವಿಶೇಷತೆ ಅಂದ್ರೆ ಸಮಸ್ಯೆ ಹುಡುಕಿ ಹೋಗಿ ಅದ್ರೊಳಗೆ ಸಿಲುಕೋದು," ಅಂದಳು.

ಈಶಾ ಉತ್ತರ ಕೊಡಲಿಲ್ಲ. ಅವಳ ಕಣ್ಣುಗಳು ಇನ್ನೂ ಮೇಲಿನ ಶೇಲ್ಫ್‌ಗಳತ್ತಲೇ ಓಡುತ್ತಿದ್ದವು.

"ಬನ್ನಿ... ಬೇರೆ ವಿಭಾಗಕ್ಕೆ ಹೋಗೋಣ," ಎಂದು ಮುಂದೆ ಹೆಜ್ಜೆ ಇಟ್ಟ ಕ್ಷಣ– ಧಡಕ್!

ಅವಳ ಹಿಂದೆ ಮೇಲಿನ ಶೇಲ್ಫ್‌ನಿಂದ ದಪ್ಪ ಪುಸ್ತಕವೊಂದು ನೆಲಕ್ಕೆ ಬಿದ್ದಿತು. ನಾಲ್ವರೂ ಬೆಚ್ಚಿಬಿದ್ದರು. ಗ್ರಂಥಾಲಯದ ಮೌನವನ್ನು ಆ ಶಬ್ದ ಕತ್ತರಿಸಿದಂತೆ ಆಯಿತು.

ತೊಟ್ಟಿ ಮನೆ

ನೀರಾ ಕೈಯಲ್ಲಿದ್ದ ಪುಸ್ತಕವೇ ಕೆಳಗೆ ಬೀಳುವಷ್ಟಾಯಿತು. ಆದ್ಯಂತ್ ತಕ್ಷಣ ಹಿಂದಕ್ಕೆ ತಿರುಗಿದ. ಅಹಲ್ಯ ಕ್ಷಣಕ್ಕೊಂದು ಬಿಳಿಹೋದಳು, ಆದರೆ ತಕ್ಷಣ ಜೋರಾಗಿ ನಕ್ಕಳು.

"ಹಾಹಾ... ಗಾಳಿ ಇರಬೇಕು!" ಎಂದಳು.

ಆದರೆ ಅವಳ ನಗುವಿನ ಹಿಂದೆ ಭಯ ಅಡಗಿಕೊಂಡಿದ್ದುದನ್ನು ಎಲ್ಲರೂ ಗಮನಿಸಿದರು. ನೆಲಕ್ಕೆ ಬಿದ್ದಿದ್ದ ಪುಸ್ತಕದ ಮೇಲಿದ್ದ ಧೂಳನ್ನು ಈಶಾ ಕೈಯಿಂದ ತೂಗಿ ಓದಿದಳು.

"ಅಲೋಲ ಪ್ಯಾಲೆಸ್"

ಪುಸ್ತಕದ ಹೆಸರನ್ನು ನೋಡುತ್ತಿದ್ದಂತೆ ಅವಳ ಕಣ್ಣುಗಳಲ್ಲಿ ಹೊಳಪು ಮೂಡಿತು.

"ಇದನ್ನೇ ಬೇಕಿತ್ತು..." ಎಂದು ನಿಧಾನವಾಗಿ ಹೇಳಿದಳು.

ಲೈಬ್ರರಿಯನ್ ಹತ್ತಿರ ಹೋಗಿ ಅನುಮತಿ ಕೇಳಿದಾಗ, ವೃದ್ಧನಾದ ಆ ವ್ಯಕ್ತಿ ಪುಸ್ತಕದ ಮುಖಪುಟವನ್ನು ನೋಡಿ ಕ್ಷಣಕಾಲ ಮೌನವಾಗಿದ್ದ.

"ಈ ಪುಸ್ತಕವನ್ನು ಬಹಳ ವರ್ಷಗಳಿಂದ ಯಾರೂ ತೆಗೆದುಕೊಂಡಿಲ್ಲ," ಎಂದನು.

"ಏಕೆ?" ಎಂದು ಈಶಾ ಕೇಳಿದಳು.

ಅವನು ನೇರ ಉತ್ತರ ಕೊಡಲಿಲ್ಲ. ಕೇವಲ ರಿಜಿಸ್ಟರ್ ತೆರೆದು ಸಹಿ ಹಾಕಲು ಹೇಳಿದ.

ಆ ರಾತ್ರಿ ಅವರು ವಸತಿಗೃಹಕ್ಕೆ ಹಿಂದಿರುಗಿದ ಕೂಡಲೇ ಊಟವನ್ನೂ ಮರೆತು ಪುಸ್ತಕ ಓದಲು ಕುಳಿತರು. ಪುಟಗಳು ಹಳದಿ ಬಣ್ಣ ತಳೆದಿದ್ದವು. ಕೆಲವು ಅಕ್ಷರಗಳು ಮಸುಕಾಗಿದ್ದವು. ಆದರೆ ಒಳಗಿನ ವಿಷಯ ಸ್ಪಷ್ಟವಾಗಿತ್ತು.

ಅಲೋಲ ಪ್ಯಾಲೆಸ್–ಒಮ್ಮೆ ಪ್ರಭಾವಿ ರಾಜವಂಶದ ನಿವಾಸ. ಐಶ್ವರ್ಯ, ರಾಜಕೀಯ ವೈಷಮ್ಯ, ಒಳಗಿನ ಕಲಹಗಳು, ಕಾಣೆಯಾಗಿದ್ದ ಸೇವಕರು, ಅಕಾಲಿಕ ಸಾವುಗಳು... ಇವೆಲ್ಲವೂ ಅದರ ಇತಿಹಾಸದಲ್ಲಿ ಚದುರಿದ ತುಣುಕುಗಳು ದಾಖಲಾಗಿದ್ದವು.

ಆದರೆ ಪುಸ್ತಕದಲ್ಲಿ ಇತ್ತೀಚಿನ ಮಾಹಿತಿಯೇ ಇರಲಿಲ್ಲ. ಅರಮನೆ ಈಗ ಯಾರ ಬಳಿ ಇದೆ? ಯಾರು ನೋಡಿಕೊಳ್ಳುತ್ತಿದ್ದಾರೆ? ವಾರಸುದಾರರು ಎಲ್ಲಿದ್ದಾರೆ? ಯಾವುದಕ್ಕೂ ಸ್ಪಷ್ಟ ಉತ್ತರ ಸಿಗಲಿಲ್ಲ.

ಅಷ್ಟರಲ್ಲಿ ಆದ್ಯಂತ್ ತನ್ನ ಲ್ಯಾಪ್‌ಟಾಪ್ ತೆರೆದು, ಕೆಲವು ಹಳೆಯ ವೆಬ್ ದಾಖಲೆಗಳು, ಸುದ್ದಿಪತ್ರಿಕೆ ಕತ್ತರಣೆಗಳು, ಹಾಗೂ ತನ್ನ ಪರಿಚಯದವರ ಮೂಲಕ ಸಂಗ್ರಹಿಸಿದ ಮಾಹಿತಿಯನ್ನು ಎಲ್ಲರ ಮುಂದೆ ಇಟ್ಟನು.

“ಪುಸ್ತಕದಲ್ಲಿ ಇಲ್ಲದದ್ದು ನಾನು ಕಲೆ ಹಾಕಿದ್ದೇನೆ,” ಎಂದನು.

ಮೂರೂ ಜನ ಅವನತ್ತ ತಿರುಗಿ ನೋಡಿದರು.

ತೊಟ್ಟಿ ಮನೆ

"ಕೊನೆಯ ರಾಜವಂಶದವರು ಹಲವು ವರ್ಷಗಳ ಹಿಂದೆ ವಿದೇಶಕ್ಕೆ ತೆರಳಿದ್ದಾರೆ. ಈಗ ಅಲ್ಲಿಯೇ ನೆಲೆಸಿದ್ದಾರೆ."

"ಹಾಗಾದ್ರೆ ಅರಮನೆ?" ಎಂದು ನೀರಾ ಕೇಳಿದಳು.

"ಅರಮನೆ ಇಲ್ಲಿ ಖಾಲಿಯೇ ಇದೆ. ಆದರೆ ಅವರ ದಾಯಾದಿ ಕುಟುಂಬ ನೋಡಿಕೊಳ್ಳುತ್ತಿದೆ. ಸೆಕ್ಯೂರಿಟಿ ಕೂಡ ಇಟ್ಟಿದ್ದಾರೆ."

"ಮುಖ್ಯವಾಗಿ ಎಲ್ಲದರ ಹೊಣೆ ಹೊತ್ತಿರುವವನು–ಗೋಷ್ ಸಾಹೇಬ್."

ಅಹಲ್ಯ ಭ್ರೂಕುಟಿಲ ಮಾಡಿ ಕೇಳಿದಳು. " ಒಳಗಡೆ ಹೋಗೋಕೆ ಅನುಮತಿ ಬೇಕ?"

ಆದ್ಯಂತ್ ಸಣ್ಣ ನಿಟ್ಟುಸಿರು ಬಿಟ್ಟ.

"ಅವರ ಅನುಮತಿ ಇಲ್ಲದೆ ಒಳಗೆ ಒಂದು ಹೆಜ್ಜೆಯೂ ಇಡಲು ಆಗೋದಿಲ್ಲ. ಇತ್ತೀಚೆಗೆ ತಮ್ಮ ಮೊಬೈಲ್ ಸಂಖ್ಯೆಯನ್ನೂ ಬದಲಿಸಿದ್ದಾರೆ."

"ದುಡ್ಡು ಕೊಟ್ಟರೆ?" ಎಂದು ನೀರಾ ಅರ್ಧ ನಗುತ್ತಾ ಕೇಳಿದಳು.

"ಗೋಷ್ ಸಾಹೇಬ್ ದುಡ್ಡಿಗೆ ಬೀಳೋ ಹುಳುವಲ್ಲ," ಎಂದ ಆದ್ಯಂತ್. "ಆದರೆ ಅವನ ಹೆಂಡತಿಗೆ ಅರಮನೆ ಮಾರಿಸಿ ಹಣ ಪಡೆಯುವ ಆಸೆ ಯಾವಾಗಲೂ ಇತ್ತಂತೆ. ಇದನ್ನು ಅವರ ಪಕ್ಕದ ಮನೆಯವರು Facebook ನಲ್ಲಿ ಹಾಕಿದ್ದಾರೆ" ಎಂದು ನಗುತ್ತಾ ಹೇಳಿದ.

ತೊಟ್ಟಿ ಮನೆ

"ಮಾರಿದ್ರೆ ಅದನ್ನು ಕೊಳ್ಳೋವರು ಯಾರು?" ಎಂದು ಅಹಲ್ಯ ಕೇಳಿದಳು. ಯಾರೂ ಉತ್ತರ ಕೊಡಲಿಲ್ಲ.

ಕೊಠಡಿಯಲ್ಲಿ ಮೌನ ಆವರಿಸಿತು. ಅವರ ಕನಸಿನ ಪ್ರಾಜೆಕ್ಟ್ ಎದುರಲ್ಲೇ ಇದ್ದರೂ, ಅದರ ಬಾಗಿಲು ಮುಚ್ಚಿದಂತಿತ್ತು. ನೀರಾ ನಿರಾಶೆಯಿಂದ ಹಾಸಿಗೆಯ ಮೇಲೆ ಬಿದ್ದಳು.

"ಇಷ್ಟೆಲ್ಲಾ ಮಾಡಿ ಕೊನೆಗೆ ಒಳಗೆ ಹೋಗೋಕೇ ಆಗ್ಲಿಲ್ಲ ಅಂದ್ರೆ?"ಅಹಲ್ಯ ಪುಸ್ತಕ ಮುಚ್ಚಿ ಬದಿಗಿಟ್ಟಳು.

"ಬೇರೆ ವಿಷಯ ನೋಡೋಣ ಅನ್ಸುತ್ತೆ."

ಆದರೆ ಈಶಾ ಇನ್ನೂ ಯೋಚಿಸುತ್ತಲೇ ಇದ್ದಳು. ಅವಳ ಕಣ್ಣುಗಳಲ್ಲಿ ಸೋಲಿನ ಲಕ್ಷಣವೇ ಇರಲಿಲ್ಲ. ಸ್ವಲ್ಪ ಹೊತ್ತಿನ ನಂತರ ಅವಳು ಎದ್ದು ನಿಂತಳು.

"ನಾಳೆ ಎಲ್ಲರೂ ಹೋಗಿ ನೇರವಾಗಿ ಕೇಳೋಣ."

"ಒಪ್ಪಿಕೊಳ್ತಾರೋ... ಬಿಡ್ತಾರೋ... ನೋಡೋಣ. ಪ್ರಯತ್ನ ಮಾಡದೆ ಹಿಂತಿರುಗೋದು ಬೇಡ."

ಅಷ್ಟರಲ್ಲಿ ಬಾಗಿಲು ತಟ್ಟಿದ ಶಬ್ದ ಕೇಳಿಸಿತು. ಆರ್ಡರ್ ಮಾಡಿದ್ದ ಊಟ ಬಂದಿತ್ತು.

"ಸದ್ಯಕ್ಕೆ ತಿಂದು ಮಲಗೋಣ," ಎಂದಳು ಈಶಾ.

ಎಲ್ಲರೂ ಒಂದೇ ಸಾರಿ "ಹಂ..." ಎಂದು ನಿಟ್ಟುಸಿರು ಬಿಟ್ಟರು.

ತೊಟ್ಟಿ ಮನೆ

ಮಾರನೆಯ ದಿನ ಬೆಳಿಗ್ಗೆ ಬೇಗನೇ ಎಲ್ಲರೂ ಎದ್ದು ಸಿದ್ಧರಾದರು. ಯಾರೂ ಸರಿಯಾಗಿ ನಿದ್ರೆ ಮಾಡಿರಲಿಲ್ಲ. ಮನಸ್ಸಿನಲ್ಲಿ ಒಂದೇ ಚಿಂತನೆ– ಅಲೋಲ ಪ್ಯಾಲೆಸ್. ಬೇಗನೇ ಹೊರಟ ಅವರು, ಊರಿನ ಅಂಚಿನಲ್ಲಿ ನಿಂತಿದ್ದ ಆ ಹಳೆಯ ಅರಮನೆಯ ಗೇಟಿನ ಮುಂದೆ ತಲುಪಿದರು. ಕಬ್ಬಿಣದ ದೊಡ್ಡ ಗೇಟು, ಅದಕ್ಕೆ ಹಚ್ಚಿದ್ದ ಜಂಗು, ಒಳಗೆ ಕಾಣುತ್ತಿದ್ದ ಗಿಡಗಂಟಿಗಳು—ಇಡೀ ಜಾಗವೇ ಯಾರೋ ವರ್ಷಗಳಿಂದ ಸ್ಪರ್ಶಿಸದಂತೆ ಕಂಡಿತು. ಗಾಳಿ ಬೀಸಿದಾಗ ಗೇಟು ಸ್ವಲ್ಪ ಜಾರಿದಂತೆ ಸದ್ದು ಮಾಡಿತು. “ಇದೇನಾ...” ಎಂದು ನೀರಾ ನಿಧಾನವಾಗಿ ಕೇಳಿದಳು. ಈಶಾ ಉತ್ತರ ಕೊಡಲಿಲ್ಲ. ಸ್ವಲ್ಪ ಸಮಯದ ನಂತರ ಅವರು ಗೋಷ್ ಸಾಹೇಬ್ ಮನೆಗೆ ಹೋದರು. ಹೊರಗೆ ನೋಡಲು ಸಾಮಾನ್ಯ ಮನೆ. ಆದರೆ ಒಳಗೆ ಹೋಗುತ್ತಿದ್ದಂತೆ ಕಠಿಣ ನಿಯಮಗಳು, ಗಂಭೀರ ವಾತಾವರಣ. ಗೋಷ್ ಸಾಹೇಬ್ ಎದುರು ಕುಳಿತ ಕ್ಷಣದಿಂದಲೇ, ಇವರಿಗೆ ಕೆಲಸ ಸುಲಭ ಅಲ್ಲ ಅನ್ನೋದರ ಅರ್ಥ ಆಯಿತು.ಎಷ್ಟು ಮನವರಿಕೆ ಮಾಡಿದರೂ, ಎಷ್ಟು ವಿವರಿಸಿದರೂ–

“ಅರಮನೆಯ ಕೀಲಿ ಕೊಡೋ ಪ್ರಶ್ನೆಯೇ ಇಲ್ಲ,” ಎಂದು ಅವರು ಗಟ್ಟಿ ಧ್ವನಿಯಲ್ಲಿ ಹೇಳಿದರು.

ಆದ್ಯಂತ್ ಶಾಂತವಾಗಿ ಮಾತನಾಡಲು ಪ್ರಯತ್ನಿಸಿದ. ಅಹಲ್ಯ ಲಾಜಿಕಲ್ ಕಾರಣಗಳನ್ನು ನೀಡಿದಳು. ನೀರಾ ಮನವಿ ಮಾಡಿದಳು.ಆದರೆ

ತೊಟ್ಟಿ ಮನೆ

ಗೋಷ್ ಸಾಹೇಬ್ ಮುಖದಲ್ಲಿ ಯಾವ ಬದಲಾವಣೆಯೂ ಕಾಣಿಸಲಿಲ್ಲ. ಕೊನೆಯಲ್ಲಿ ಈಶಾ ಕೂಡ ಮಾತನಾಡಿದಳು. "

"ಸರ್... ನಮಗೆ ಕೇವಲ ಅಧ್ಯಯನಕ್ಕಷ್ಟೇ..."

"ನೋ ಅಂದರೆ ನೋ," ಎಂದರು ಅವರು ಸ್ಪಷ್ಟಪಡಿಸಿದರು..

ಮಾತಿಗೆ ಅವಕಾಶವೇ ಉಳಿಯಲಿಲ್ಲ. ಹೊರಗೆ ಬಂದ ನಂತರ ನಾಲ್ವರೂ ಸ್ವಲ್ಪ ದೂರ ನಡೆಯುತ್ತ ನಿಂತರು.

ತೊಟ್ಟಿ ಮನೆ

ತೊಟ್ಟಿ ಮನೆ

"ಇನ್ನೇನ್ ಮಾಡೋದು? ಬೇರೆ ಕಡೆ ನೋಡೋಣ," ಎಂದಳು ಅಹಲ್ಯ. ನೀರಾ ತಲೆ ಆಡಿಸಿದಳು.

ಆದರೆ ಆದ್ಯಂತ್ ಅಸಮಾಧಾನದಿಂದ ಹೇಳಿದನು,

"ನಮಗಿರುವುದು ಕೇವಲ ಎರಡು ತಿಂಗಳು. ಹೀಗೆ ಸಮಯವನ್ನು ಹುಡುಕೋದ್ರಲ್ಲೇ ಕಳೆಯೋಣ ಅಂದ್ರೆ, ಪ್ರಾಜೆಕ್ಟ್ ಮುಗಿಸೋದು ಯಾವಾಗ?" ನಂತರ ಅವನು ನಿಧಾನವಾಗಿ ಹೇಳಿದನು,

"ಗೋಷ್ ಸಾಬ್ ಹೆಂಡತಿ ಬಗ್ಗೆ ಹೇಳಿದ್ನಲ್ಲ... ಅವರಿಂದ ಏನಾದ್ರೂ ಆಗುತ್ತಾ ಅಂತ ನೋಡ್ಬೇಕು." ಈಶಾ ತಕ್ಷಣ ಅವನತ್ತ ನೋಡಿದಳು.

"ಈಗಲೇ ಹೋಗೋದು ಬೇಡ, ಗೋಷ್ ಹೊರಗೆ ಕೆಲಸಕ್ಕೆ ಹೋಗಲಿ... ಆಮೇಲೆ ಮಾತಾಡೋಣ."ಅವರು ಸ್ವಲ್ಪ ದೂರ ಕಾಯುತ್ತ ನಿಂತರು. ಸಮಯ ನಿಧಾನವಾಗಿ ಸಾಗಿದಂತೆ ಅನಿಸಿತು. ಕೊನೆಗೆ ಗೋಷ್ ಸಾಹೇಬ್ ಮನೆಯಿಂದ ಹೊರಟರು. ಅವರ ಕಾರು ಕಣ್ಣಿಗೆ ಕಾಣಿಸದೇ ಹೋದ ನಂತರ, ಈ ನಾಲ್ವರೂ ಒಂದೇ ಸಾರಿ ಮನೆಯತ್ತ ಮುಂದಾದರು. ಬಾಗಿಲು ತಟ್ಟುವುದಕ್ಕೂ ಮುಂಚೆ, ಈಶಾ ಕ್ಷಣಕಾಲ ನಿಂತಳು. ಅವಳ ಹೃದಯ ವೇಗವಾಗಿ ತಡಕುತ್ತಿತ್ತು.

ನಂತರ ಬಾಗಿಲು ತಟ್ಟಿದಳು. ಮನೆಯಲ್ಲಿದ್ದ ನಳಿನಿ ಬಾಗಿಲು ತೆಗೆದು "ಯಾರಪ್ಪ ನೀವು? ಈ ರೀತಿ ಮನೆಯೊಳಗೆ ನುಗ್ಗಿ ದೀರಲ್ಲ! ಏನು ಬೇಕು?" ಎಂದು ಜೋರಾಗಿ ಪ್ರಶ್ನಿಸಿದಳು..ಅವಳ ಧ್ವನಿಯಲ್ಲಿ ಅನುಮಾನವೂ, ಕೋಪವೂ

ಮಿಶ್ರಿತವಾಗಿತ್ತು. ಆದ್ಯಂತ್ ಮುಂದೆ ಬಂದು ಎಲ್ಲವನ್ನು ವಿವರವಾಗಿ ಹೇಳಿದ. ಅರಮನೆ, ಪ್ರಾಜೆಕ್ಟ್, ಗೋಷ್ ಸಾಹೇಬ್ ನಿರಾಕರಣೆ—ಎಲ್ಲವೂ. ನಳಿನಿ ಶಾಂತವಾಗಿ ಕೇಳುತ್ತಿದ್ದಳು. ಕೊನೆಯಲ್ಲಿ ಸಣ್ಣ ನಗು ಮೂಡಿತು ಅವಳ ಮುಖದಲ್ಲಿ.

"ಹೌದಾ... ಎಲ್ಲವನ್ನೂ ತಿಳಿದುಕೊಂಡು ಬಂದಿರುವ ಹಾಗಿದೆ," ಎಂದಳು.

"ಹಾಗಾದ್ರೆ... ನನ್ನ ಆಸೆ ಬಗ್ಗೆ ಕೂಡ ಗೊತ್ತಿರಬೇಕು ಅಲ್ಲವಾ?"

ನಾಲ್ವರೂ ಒಬ್ಬರ ಮುಖ ಒಬ್ಬರು ನೋಡಿಕೊಂಡರು.

"ನೋಡಿ... ಹೇಗೋ ಬಂದಿದ್ದೀರಾ... ಕೆಲಸ ಮಾಡಬೇಕು ಅಂದ್ರೆ ನನಗೆ ಒಂದುವರೆ ಲಕ್ಷ ಬೇಕು," ಎಂದಳು ನಳಿನಿ. ನೀರಾ ತಕ್ಷಣ ಹೇಳಿದಳು,

"ಆಂಟಿ... ನಮಗೆ ಅಷ್ಟು ದುಡ್ಡು ಇಲ್ಲ..."

ನಳಿನಿ ಮುಖ ಗಂಭೀರವಾಯಿತು

"ಆ ಮನೆ ಕೀಲಿಯನ್ನು ಕೊಡೋದಷ್ಟೇ ಅಲ್ಲ... ನೀವು ಅಲ್ಲಿ ಹೋಗಿದ್ದೀರಿ ಅನ್ನೋದು ಯಾರಿಗೂ ಗೊತ್ತಾಗದೆ ಇರೋ ಹಾಗೆ ನೋಡಿಕೊಳ್ಳಬೇಕು. ಅದಕ್ಕೆ... ಕನಿಷ್ಠ ಒಂದು ಲಕ್ಷ ಬೇಕೇ ಬೇಕು!!."

"ಅಯ್ಯೋ ಆಂಟಿ... ನಮ್ಮ ಕಾಲೇಜ್ ಫೀಸ್ ಕೂಡ ಇಷ್ಟು ಇಲ್ಲ," ಎಂದ ಆದ್ಯಂತ್.

"ಇದಕ್ಕಿಂತ ಬೇರೆ ಪ್ರಾಜೆಕ್ಟ್ ಮಾಡೋದೇ ಉತ್ತಮ."

ತೊಟ್ಟಿ ಮನೆ

"ಅದು ನಿಮ್ಮಿಷ್ಟ. ಆದರೆ ಈ ಅರಮನೆಗೆ ಒಳ ಹೋಗ್ಬೇಕು ಅಂದ್ರೆ... ನನ್ನ ಕೈಗೆ ಒಂದು ಲಕ್ಷ ಬರಬೇಕು. ಅಷ್ಟೇ," ಎಂದಳು ನಳಿನಿ. ಎಲ್ಲರೂ ಮೌನವಾಗಿದ್ದರು. ಆ ಕ್ಷಣದಲ್ಲೇ ಈಶಾ ನಿಧಾನವಾಗಿ ಎದ್ದು ನಿಂತಳು.

"ಸರಿ ಆಂಟಿ," ಎಂದಳು ದೃಢವಾಗಿ.

"ನಾವು ಹಣ ವ್ಯವಸ್ಥೆ ಮಾಡ್ತೀವಿ. ನೀವು ಕೀಲಿಗಳ ವ್ಯವಸ್ಥೆ ಮಾಡಿ ಇಡಿ. ಇನ್ನೂ ಒಂದು ವಾರ... ಹೆಚ್ಚು ಅಂದ್ರೆ ಹತ್ತು ದಿನಗಳಲ್ಲಿ ಬರುತ್ತೀವಿ."

ಮೂರೂ ಜನ ಆಶ್ಚರ್ಯದಿಂದ ಅವಳತ್ತ ನೋಡಿದರು.

ಈಶಾ ಮುಖದಲ್ಲಿ ಯಾವುದೇ ಸಂಶಯ ಇರಲಿಲ್ಲ. ಅದರ ಕಾರಣವೇ ಅವರಿಗೆ ಇನ್ನೂ ಹೆಚ್ಚು ಅಚ್ಚರಿ.

ಈಶಾ ಬಾಲ್ಯದಿಂದ ಆಶ್ರಮದಲ್ಲಿ ಬೆಳೆದವಳು. ಗುರುಗಳ ಸಹಾಯದಿಂದ ಓದಿದ್ದು. ಕಾಲೇಜಿನ ಶುಲ್ಕವನ್ನೂ ಸ್ಕಾಲರ್‌ಶಿಪ್ ಮೂಲಕ ಕಟ್ಟುತ್ತಿದ್ದಳು. ಇಂತಹ ದೊಡ್ಡ ಮೊತ್ತದ ಹಣ ಅವಳ ಬಳಿ ಹೇಗೆ ಬರುತ್ತದೆ? ಯಾರಿಗೂ ಅರ್ಥವಾಗಲಿಲ್ಲ. ಆ ದಿನ ಅವರು ವಸತಿಗೃಹಕ್ಕೆ ಹಿಂದಿರುಗಿದರು. ಸಂಜೆ ತುಂಬಾ ಸಮಯ ಯಾರೂ ಮಾತಾಡಲಿಲ್ಲ.

ಕೊನೆಗೆ ನೀರಾ ಕೋಪದಿಂದ ಕೇಳಿದಳು,

"ಇಷ್ಟು ದುಡ್ಡು ಹೇಗೆ ಹೊಂದಿಸುವೆ? ನಿನ್ನ ಆಸೆಗೆ ಇಷ್ಟು ಖರ್ಚು ಬೇಕಾ? ದಯವಿಟ್ಟು ಬಿಡು... ಬೇರೆ ಪ್ರಾಜೆಕ್ಟ್ ಮಾಡೋಣ."

ಈಶಾ ಕೋಪದಿಂದಲೇ ಉತ್ತರ ಕೊಟ್ಟಳು,

"ನೀವ್ಯಾರು ದುಡ್ಡು ಹಾಕೋ ಅಗತ್ಯ ಇಲ್ಲ. ನಾನು ಒಬ್ಬಳೇ ನೋಡಿಕೊಳ್ಳುತ್ತೀನಿ!!."

ಅಹಲ್ಯ ಶಾಂತವಾಗಿ ಮಧ್ಯ ಪ್ರವೇಶಿಸಿದಳು.

"ಅದು ಆ ರೀತಿಯಲ್ಲ ಈಶಾ... ನಾವು ಸಾಮಾನ್ಯ ಮನೆತನದವರು. ಅಷ್ಟು ದೊಡ್ಡ ಮೊತ್ತ...!"

ಈಶಾ ಏನೂ ಹೇಳದೆ ತನ್ನ ಆಶ್ರಮದ ಪೆಟ್ಟಿಗೆಯನ್ನು ತೆಗೆದುಕೊಂಡು ಬಂದಳು.

ಅದರೊಳಗೆ ಹಳೆಯ ದಾಖಲೆಗಳು, ಕೆಲವು ಪತ್ರಗಳು ಇದ್ದವು. "ಇದು... ನನ್ನ ಗುರುಗಳು ಕೊಟ್ಟದ್ದು," ಎಂದಳು.

"ಆಶ್ರಮದಿಂದ ಹೊರಡುವಾಗ, 'ಒಂದು ದಿನ ನಿನಗೆ ಉತ್ತರ ಬೇಕಾದರೆ ಇದನ್ನ ತೆರೆ' ಅಂತ ಹೇಳಿದ್ರು."

ಒಂದು ಮೊತ್ತದ ಸ್ಕಾಲರ್ಶಿಪ್ ನನಗೆ ಬರದ ಸಮಯದಲ್ಲಿ ಇದನ್ನು ತೆರೆದಾಗ ಬೆಲೆಬಾಳುವ ಆಭರಣಗಳಿದ್ದವು ಅದನ್ನು ಮಾರಿ ನನ್ನ ಕಾಲೇಜ್ ಪೀಸ್ ಕಟ್ಟಿದ್ದೆ. ಆಗ ನಾನು ಅದರಲ್ಲಿದ್ದ ಇನ್ನೊಂದು ಕಾಗದದ ಬಗ್ಗೆ ನೋಡಿದ್ದೆ, ಅದೇ ತೊಟ್ಟಿ ಮನೆಯ ಕಾನೂನು ಪತ್ರ. ಇದು ನನ್ನ ಪೂರ್ವಜರ ಆಸ್ತಿ ಇರಬಹುದು.

ತೊಟ್ಟಿ ಮನೆ

ಶಿವಮೊಗ್ಗದಲ್ಲಿ ಎಲ್ಲೋ ಇದೆ ಎಂದು ಇದರಲ್ಲಿ ಬರೆದಿದೆ. ಈಗ ಅದರ ಮೌಲ್ಯ ಎಷ್ಟೋ ಗೊತ್ತಿಲ್ಲ... ಆದರೆ ನಮಗೆ ಸಂಪೂರ್ಣವಾಗಿ ಉಪಯುಕ್ತವಾದದ್ದು.

"ಈ ಪ್ರಾಜೆಕ್ಟ್ ಮಾಡಲೇಬೇಕು," ಎಂದು ಈಶಾ ಮುಂದುವರಿಸಿದಳು, ಇದರಿಂದ ನನಗೆ ಇನ್ನೊಂದು ವರ್ಷದ ಸ್ಕಾಲರ್‌ಶಿಪ್ ಸಿಗಬಹುದು... ನಿಮಗೂ ಸಹಾಯ ಆಗಬಹುದು."

ಆದ್ಯಂತ್ ಯೋಚಿಸುತ್ತಾ ಹೇಳಿದನು,

"ಆ ಆಸ್ತಿಯನ್ನು ಈಗಲೇ ಬಳಸೋದು ಸರಿಯಾ? ಬೇರೆ ಕಷ್ಟದ ಸಮಯಕ್ಕೆ ಉಳಿಸಿಕೊಳ್ಳಬಹುದಲ್ಲವ..."

ಈಶಾ ತಲೆ ಆಡಿಸಿದಳು.

"ನನಗೆ ಈಗ ಇದೇ ಮುಖ್ಯ."

"ಶಿವಮೊಗ್ಗಕ್ಕೆ ಹೋಗೋಣ. ತಯಾರಿ ಮಾಡ್ಕೊಳ್ಳಿ."

"ನಾನು ನನ್ನ ಸ್ನೇಹಿತನಾದ–ಲಾಯರ್ ಸೌರಭ್‌ಗೆ ಕರೆ ಮಾಡ್ತೀನಿ. ಅವನು ನೇರವಾಗಿ ಅಲ್ಲಿಗೆ ಬರುತ್ತಾನೆ."ಎಲ್ಲರೂ ಮಲಗಿದ್ದರು. ಕೊಠಡಿಯಲ್ಲಿ ನಿಶ್ಯಬ್ದ ಆವರಿಸಿತ್ತು.

ಈಶಾಳಿಗೆ ಮಾತ್ರ ನಿದ್ರೆ ಇರಲಿಲ್ಲ. ಅವಳು ಎದ್ದು ಬಾಲ್ಕನಿಗೆ ಹೋಗಿ ನಿಂತಳು. ಕತ್ತಲಲ್ಲಿ ಏನೋ ಹುಡುಕುವಂತೆ ಅವಳ ದೃಷ್ಟಿ ದೂರಕ್ಕೆ ನೆಟ್ಟಿತ್ತು. ಸ್ವಲ್ಪ ಹೊತ್ತಿಗೆ ಅಹಲ್ಯ ಕೂಡ ಎಚ್ಚರಗೊಂಡಳು. ಹಾಸಿಗೆಯಲ್ಲಿ ಈಶಾ ಕಾಣಿಸದಿದ್ದಾಗ

ತೊಟ್ಟಿ ಮನೆ

ಹೊರಗೆ ಬಂದು ನೋಡಿದಳು. ಬಾಲ್ಕನಿಯಲ್ಲಿ ನಿಂತಿದ್ದ ಈಶಾಳ ಹತ್ತಿರ ಹೋಗಿ ನಿಂತಳು.

"ಈಶಾ..." ಅವಳ ಧ್ವನಿ ಮೃದುವಾಗಿತ್ತು. "ಯಾಕೆ ನಿನಗೆ ಈ ಪ್ರಾಜೆಕ್ಟ್ ಇಷ್ಟೊಂದು ಮುಖ್ಯ? ಇಷ್ಟು ಆಸೆ... ಇಷ್ಟು ದುಡ್ಡು... ಇದು ಕೇವಲ ಪ್ರಾಜೆಕ್ಟ್ ಅಲ್ಲ ಅನ್ನಿಸ್ತಿದೆ. ಇನ್ನೇನೋ ಇದೆ... ಹೇಳು."

ಈಶ ಕ್ಷಣಕಾಲ ಮೌನವಾಗಿದ್ದಳು. ನಂತರ ನಿಧಾನವಾಗಿ ಮಾತು ಆರಂಭಿಸಿದಳು.

"ನಿನ್ನೆ ರಾತ್ರಿ ನಾನು ಲ್ಯಾಪ್ಟಾಪ್‌ನಲ್ಲಿ ಇನ್ನಷ್ಟು ಮಾಹಿತಿ ಹುಡುಕುತ್ತಿದ್ದೆ. ಆಗ ನನ್ನ ಗುರುಗಳು ಕರೆ ಮಾಡಿದರು. ನಾವು ಯಾವ ಪ್ಯಾಲೆಸ್ ಬಗ್ಗೆ ಕೆಲಸ ಮಾಡ್ತಿದ್ದೀವಿ ಅಂತ ಹೇಳಿದೆ. ಅವರು ಕೇಳಿದ ಕೂಡಲೇ... ಒಂದು ವಿಷಯ ಹೇಳಿದರು."

"ನನ್ನನ್ನು ಆಶ್ರಮಕ್ಕೆ ಬಿಟ್ಟು ಹೋದವರು ಸಾಮಾನ್ಯ ಜನ ಅಲ್ಲವಂತೆ.ಆ ಅರಮನೆಗೆ ಸಂಬಂಧಪಟ ಸೇವಕ ಎಂದು ಹೇಳಿದರು."

"ನಾನು ಅವರಿಗೆ ಪ್ರಶ್ನೆ ಮಾಡಿದೆ. ಖಚಿತವೆ ಎಂದು ಕೇಳಿದೆ. ಅವರು ಉತ್ತರ ಕೊಡಲಿಲ್ಲ... ಒಂದು ಫೋಟೋ ಕಳಿಸಿದರು.ಆ ಫೋಟೋದಲ್ಲಿ... ನಾನು ಚಿಕ್ಕವಳಿದ್ದಾಗ ಆಶ್ರಮದ ಗುರುಗಳೊಂದಿಗೆ ಯಾರೋ ಒಬ್ಬರು ನನ್ನನ್ನು ಹಿಡಿದು ನಿಂತಿದ್ದಾರೆ. ಮುಖ ಸ್ಪಷ್ಟವಿಲ್ಲ... ಆದರೆ ಅವರ ಹಿಂದೆ ಕಾಣಿಸಿದ್ದ ಕಟ್ಟಡ...ಅದೇ

ಪ್ಯಾಲೆಸ್‌ನ ಭಾಗ. ಆ ಕ್ಷಣದಿಂದ ನನಗೆ ಶಾಂತಿ ಇಲ್ಲ. ನಾನು ಯಾರು? ನನ್ನ ಅಪ್ಪ-ಅಮ್ಮ ಯಾರು? ಯಾಕೆ ನನ್ನನ್ನು ಅಲ್ಲಿ ಬಿಟ್ಟರು? ಇವೆಲ್ಲ ಪ್ರಶ್ನೆಗಳು ನನ್ನನ್ನು ಬಿಡುತ್ತಿಲ್ಲ.ಅಹಲ್ಯ... ಆ ಪ್ಯಾಲೆಸ್ ನನಗೆ ಪ್ರಾಜೆಕ್ಟ್ ಅಲ್ಲ. ಅದು ನನ್ನ ಭೂತಕಾಲ. ನನ್ನ ಉತ್ತರ ಅಲ್ಲಿ ಇರಬಹುದು.ನನ್ನ ಪೂರ್ವಜರ ಆಸ್ತಿ ಶಿವಮೊಗ್ಗದಲ್ಲಿ ಇದೆ ಅಂತ ಗೊತ್ತಾಗಿದೆ. ಆದರೆ ಈ ಪ್ಯಾಲೆಸ್ ಜೊತೆ ಅದರ ಸಂಬಂಧ ಏನು? ತೊಟ್ಟಿಮನೆಗೂ... ಇದಕ್ಕೂ ಏನಾದರೂ ಸಂಬಂಧ ಇದೆಯಾ... ಗೊತ್ತಿಲ್ಲ.. ನೀವೆಲ್ಲಾ ನನ್ನ ಜೊತೆ ಇರ್ತೀರ ಅಲ್ವಾ?"

ಅಹಲ್ಯ ಏನೂ ಮಾತನಾಡಲಿಲ್ಲ. ಕೇವಲ ತಲೆಯಾಡಿಸಿದಳು.

"ಸರಿ... ಈಗ ಮಲಗೋಣ," ಎನುತ್ತಾ ಅಹಲ್ಯ "ನಾಳೆ ಏನಾದರೂ ನಿನ್ನ ಪ್ರಶ್ನೆಗಳಿಗೆ ಉತ್ತರ ಸಿಗಬಹುದು." ಎಂದು ಮರಳಿ ಹಾಸಿಗೆಯ ಕಡೆ ಹೆಜ್ಜೆ ಹಾಕಿದಳು

ಅಧ್ಯಾಯ ೧ : ತೊಟ್ಟಿಮನೆ.

ಮುಂಜಾನೆ ಎಲ್ಲರೂ ಬೇಗ ಎದ್ದು ಸಿದ್ಧರಾದರು. ಮಾತು ಕಡಿಮೆ, ಚಿಂತನೆ ಹೆಚ್ಚು. ಬುಕ್ ಮಾಡಿದ್ದ ಕಾರಿಗೆ ಹತ್ತಿ, ಮಂಜು ತುಂಬಿದ ರಸ್ತೆಗಳಲ್ಲಿ ಅವರ ಪ್ರಯಾಣ ಆರಂಭವಾಯಿತು. ಶಿವಮೊಗ್ಗದ ದಾರಿಯಲ್ಲಿ ಮಳೆಗಾಲ ತನ್ನ ಸಂಪೂರ್ಣ ಸೌಂದರ್ಯವನ್ನು ತೋರಿಸುತ್ತಿತ್ತು. ಮೇಘಗಳು ಬೆಟ್ಟಗಳನ್ನು ಅಪ್ಪಿಕೊಂಡಂತೆ ತಗ್ಗಿ ನಿಂತಿದ್ದವು. ಹಸಿರು ಮರಗಳು ಮಳೆಯ ಹನಿಗಳಿಂದ

ತೊಟ್ಟಿ ಮನೆ

ಹೊಳೆಯುತ್ತಾ ಜೀವಂತವಾಗಿದ್ದವು. ರಸ್ತೆ ಬದಿಯಲ್ಲಿ ಹರಿಯುತ್ತಿದ್ದ ಸಣ್ಣ ಹೊಳೆಗಳು ಮೃದುವಾಗಿ ಹಾಡುವಂತೆ ಕೇಳಿಸುತ್ತಿದ್ದವು. ಮಣ್ಣಿನ ಸುಗಂಧ ಗಾಳಿಯಲ್ಲಿ ಬೆರೆತು, ಆ ಪ್ರದೇಶಕ್ಕೆ ವಿಚಿತ್ರವಾದ ಶಾಂತಿ ನೀಡುತ್ತಿತ್ತು.

ಸ್ವಲ್ಪ ಸಮಯದ ನಂತರ ಈಶಾ ತನ್ನ ಪೆಟ್ಟಿಗೆಯಿಂದ ಹಳೆಯ ನಕ್ಷೆಯನ್ನು ತೆಗೆದುಕೊಂಡಳು. ಅದರ ಮೂಲೆಗಳು ಹಾಳಾಗಿದ್ದವು, ಕೆಲವು ಗುರುತುಗಳು ಮಸುಕಾಗಿದ್ದವು. ಅವಳು ಅದನ್ನು ಜಾಗ್ರತೆಯಿಂದ ಹಾಸಿ, ದಾರಿಯನ್ನು ಸರಿಪಡಿಸಿದಳು.

“ಇಲ್ಲಿಂದ ಎಡಕ್ಕೆ... ನಂತರ ನೇರ ಹೋಗಿ,” ಎಂದಳು ಅವಳು ನಿಧಾನವಾಗಿ.

ಕಾರ್ ಮುಖ್ಯರಸ್ತೆಯಿಂದ ಹೊರಬಂದು, ಕಿರಿದಾದ ದಾರಿಗೆ ತಿರುಗಿತು. ಸುತ್ತಮುತ್ತ ಜನಸಂಚಾರ ಕಡಿಮೆಯಾಯಿತು. ಕೆಲವೇ ಮನೆಗಳು ದೂರ ದೂರವಾಗಿ ಕಾಣಿಸುತ್ತಿದ್ದವು. ಹತ್ತು ನಿಮಿಷಗಳೊಳಗೆ, ಈಶಾ ತಕ್ಷಣ ಹೇಳಿದಳು– “ಇಲ್ಲೇ ನಿಲ್ಲಿಸಿ.” ಕಾರ್ ನಿಂತಿತು.

ಮುಂದೆ ಕಾಣಿಸುತ್ತಿದ್ದ ದೃಶ್ಯವನ್ನು ನೋಡಿ ಎಲ್ಲರೂ ಕ್ಷಣಕಾಲ ಮಾತೇ ಬರಲಿಲ್ಲ. ಅದೇ ತೊಟ್ಟಿ ಮನೆ.

ತೊಟ್ಟಿ ಮನೆ

ಅವರು ಕಾರ್ ಪಾರ್ಕ್ ಮಾಡಿ, ನಿಧಾನವಾಗಿ ಮುಂದೆ ನಡೆದು ಬಂದರು. ಸುತ್ತಮುತ್ತ ನಾಲ್ಕು-ಐದು ಮನೆಗಳು ಮಾತ್ರ. ಆದರೆ ಆ ಮನೆಗಳಿಗಿಂತ ಈ ಮನೆ ಸಂಪೂರ್ಣವಾಗಿ ಬೇರೆ ಲೋಕದಂತಿತ್ತು.

ಪ್ರಕೃತಿಯ ಮಧ್ಯೆ ಯಾರೋ ಉದ್ದೇಶಪೂರ್ವಕವಾಗಿ ಬಿಟ್ಟುಹೋದ ಅವಶೇಷದಂತೆ ಕಾಣುತ್ತಿತ್ತು.

ಮನೆಯ ಗೋಡೆಗಳು ಕಪ್ಪಾಗಿ ಬಣ್ಣ ಬದಲಿಸಿಕೊಂಡಿದ್ದವು, ಕೆಲವೆಡೆ ಇಟ್ಟಿಗೆಗಳು ಹೊರಗೆ ಕಾಣಿಸುತ್ತಿದ್ದವು. ಮನೆಯ ಮೇಲ್ಛಾವಣಿ ಅರ್ಧ ಕುಸಿದು, ಒಳಗಿನ ಕತ್ತಲೆ ಹೊರಗೆ ಕಾಣಿಸುತ್ತಿತ್ತು.

ತೊಟ್ಟಿ ಮನೆ

ತೊಟ್ಟಿ ಮನೆ

ಬಾಗಿಲು ಒದ್ದೆಯಾಗಿ ಜಂಗು ಹಿಡಿದು, ಯಾವ ಕ್ಷಣದಲ್ಲಾದರೂ ಕುಸಿಯುವಂತೆ ನಿಂತಿತ್ತು.

ಕಿಟಕಿಗಳಲ್ಲಿ ಗಾಜು ಇರಲಿಲ್ಲ–ಆ ಖಾಲಿ ಚೌಕಟ್ಟುಗಳು ಯಾರೋ ಒಳಗಿಂದ ನೋಡುವ ಕಣ್ಣುಗಳಂತೆ ಭಾಸವಾಗುತ್ತಿತ್ತು. ಮನೆಯ ಸುತ್ತ ಬೆಳೆದ ಕಾಡುಮರಗಳು, ಅದರ ಜೀವವಿಲ್ಲದ ಸ್ಥಿತಿಯನ್ನು ಇನ್ನಷ್ಟು ಭಯಾನಕವಾಗಿಸುತ್ತಿದ್ದವು.

"ಅಯ್ಯೋ... ನಾವು ಇಲ್ಲಿ ಎಲ್ಲಿ ತಂಗುವುದು?" ಎಂದು ಅಹಲ್ಯ ಅಚ್ಚರಿಯಿಂದ ಹೇಳಿದಳು.

"ನಾನು ಏನೋ... ಮನೆ ಸ್ವಲ್ಪ ಒಳ್ಳೆಯ ಸ್ಥಿತಿಯಲ್ಲಿ ಇರಬಹುದು ಅಂದುಕೊಂಡಿದ್ದೆ..."

ಅವಳ ಮಾತು ಮುಗಿಯುವಷ್ಟರಲ್ಲಿ–

ಗೆಜ್ಜೆಯ ಗಟ್ಟಿಯಾದ ಶಬ್ದ! ಎಲ್ಲರೂ ತಕ್ಷಣ ತಿರುಗಿ ನೋಡಿದರು.

"ಬಂದ್ರಾ..." ಒಂದು ಗಂಭೀರ ಧ್ವನಿ ಕೇಳಿಸಿತು. "ಬರಲೇ ಬೇಕಿತ್ತಲ್ಲ... ಕಾಲ ಬಂದಾಗ ಕಾಳಿನೂ ತಡೆಯೋಕಾಗಲ್ಲ... ಬನ್ನಿ... ಬನ್ನಿ..."

ಪಕ್ಕದ ಮನೆಯ ಬಾಗಿಲು ನಿಧಾನವಾಗಿ ತೆರೆಯಿತು. ಒಬ್ಬ ವಯಸ್ಸಾದ ಅಜ್ಜಿ ಹೊರಗೆ ಬಂದಳು. ಅವಳ ಕಣ್ಣುಗಳು ಗಾಢವಾಗಿ ಒಳನುಗ್ಗಿದಂತಿದ್ದವು. ಅವಳ ಹೆಜ್ಜೆಗೂ ಜೊತೆಗೇ ಗೆಜ್ಜೆಯ ಸದ್ದು ಕೇಳಿಸುತ್ತಿತ್ತು. ಗುಂಪಿಗೆ ದಾರಿ ತೋರಿಸಲು

ತೊಟ್ಟಿ ಮನೆ

ಬಂದಿದ್ದ ಊರಿನ ಶ್ರಮಿಕ ಸಿದ್ಧಪ್ಪ ತಕ್ಷಣ ಮುಂದೆ ಬಂದು,

"ಗುಂಜಿ ಮಾತೆ... ನಮಸ್ಕಾರ," ಎಂದು ಬಹಳ ಗೌರವದಿಂದ ತಲೆಬಾಗಿದ.

ಗುಂಪಿನವರು ಇನ್ನೂ ಆಘಾತದಲ್ಲೇ ನಿಂತಿದ್ದರು. ಅಹಲ್ಯ ನಿಧಾನವಾಗಿ ನೀರಾಳ ಹತ್ತಿರಕ್ಕೆ ಬಂದು, ಪಿಸುಮಾತಿನಲ್ಲಿ ಹೇಳಿದಳು–

"ನನಗೆ... ಏನೋ ಸರಿಯಿಲ್ಲ ಅನ್ನಿಸ್ತಿದೆ..." ನೀರಾ ಉತ್ತರ ಕೊಡಲಿಲ್ಲ.

ಅವಳ ದೃಷ್ಟಿ ಮಾತ್ರ ಆ ಅಜ್ಜಿಯ ಮೇಲೆ ನೆಟ್ಟಿತ್ತು...

ಅವಳು ನಗುತಿದ್ದಾಳಾ... ಇಲ್ಲವೇ ಕೇವಲ ನೋಡುತ್ತಿದ್ದಾಳಾ ಅನ್ನೋದು ಅರ್ಥವಾಗಲಿಲ್ಲ. ಈಶಾ ಸಿದ್ಧಪ್ಪನತ್ತ ತಿರುಗಿ ಕೇಳಿದಳು–

"ಅಣ್ಣ... ಯಾರಿದು? ನಾವು ಬರೋದು ಇವರಿಗೆ ಹೇಗೆ ಗೊತ್ತಾಯ್ತು? ನೀವು ಏನಾದ್ರೂ ಹೇಳಿದ್ರಾ?"

ಸಿದ್ಧಪ್ಪ ಸ್ವಲ್ಪ ನಗುತ್ತ ತಲೆ ಅಡ್ಡಬೀಸಿದನು. "ಅಯ್ಯೋ... ಇವ್ರಿಗೆ ಹೇಳೋದು ಯಾರು? ಇವಳು ಹುಚ್ಚಿ, ಏನೇನೋ ಮಾತಾಡ್ತಾ ಇರ್ತಾರೆ. ಹಲವಾರು ವರ್ಷಗಳಿಂದ ಇಲ್ಲೇ ಇದ್ದಾಳೆ." ನೀರಾ ಸ್ವಲ್ಪ ಅನುಮಾನದಿಂದ ಕೇಳಿದಳು–

ತೊಟ್ಟಿ ಮನೆ

“ಆದ್ರೆ... ಇವರ ಆರೋಗ್ಯ ಸರಿಯಿಲ್ಲ ಅನ್ನಿಸ್ತಿದೆ...” ಆ ಮಾತು ಮುಗಿಯುವಷ್ಟರಲ್ಲಿ, ಅಜ್ಜಿ–ಗುಂಜಿ–ತಕ್ಷಣ ಮಾತು ಹಿಡಿದಳು.

“ನನ್ನ ಆರೋಗ್ಯ ತುಂಬಾ ಚೆನ್ನಾಗಿದೆ... ನಿಮ್ಮ ಆರೋಗ್ಯದ ಗತಿ ನೋಡ್ಕೊಳ್ಳಿ,” ಎಂದು ಅವಳು ಗಟ್ಟಿಯಾಗಿ ಹೇಳಿದಳು.. ಅವಳ ಕಣ್ಣುಗಳು ಕ್ಷಣಕಾಲ ಎಲ್ಲರ ಮೇಲೂ ಹರಿದವು. ಆ ನೋಟದಲ್ಲಿ ಏನೋ ಅರ್ಥವಾಗದ ಕಠಿಣತೆ ಇತ್ತು. ಈಶಾ ಆ ಮಾತಿಗೆ ಹೆಚ್ಚಿನ ಮಹತ್ವ ಕೊಡಲಿಲ್ಲ.

“ಸಿದ್ಧಪ್ಪ... ಇಲ್ಲಿ ನಾವು ತಂಗಲು ಏನಾದ್ರೂ ವ್ಯವಸ್ಥೆ ಮಾಡಬೇಕು,” ಎಂದು ನೇರವಾಗಿ ಹೇಳಿದಳು. ಸಿದ್ಧಪ್ಪ ಸ್ವಲ್ಪ ಯೋಚಿಸಿ,

“ಇಲ್ಲಿ ಹೋಟೆಲ್, ಲಾಡ್ಜ್ ಅಂತ ಏನೂ ಇಲ್ಲ. ಊರಿನಿಂದ ಹೊರಗೆ ಸ್ವಲ್ಪ ದೂರದಲ್ಲಿ ಸಿಟಿ ಕಡೆ ಸಿಗಬಹುದು... ಆದ್ರೆ ಇಲ್ಲಿ ಒಂದು ಮನೆ ಇದೆ–ರಾಮಪ್ಪನ ಮನೆ. ದೊಡ್ಡ ಮನೆ. ಇಲ್ಲಿ ಬಂದ ಜನರು ಇವರ ಮನೆಯಲ್ಲೆ ತಂಗುತ್ತಾರೆ. ನೀವು ಕೇಳಿದ್ರೆ ತಂಗಲು ಬಿಡಬಹುದು,” ಎಂದನು. ಅವನು ಕ್ಷಣಕಾಲ ನಿಂತು, ಮತ್ತೆ ನಿಧಾನವಾಗಿ ಹೇಳಿದನು–

ತೊಟ್ಟಿ ಮನೆ

"ಹೇಳೋದುನ್ನ ಮರತೆ... ನಿಮಗೋಸ್ಕರ ಯಾರೋ ಕಾಯ್ತಾ ಇದ್ದಾರೆ ಆಗ್ಲೇ ಅವರು ಕೂಡ ರಾಮಪ್ಪನ ಮನೆಯಲ್ಲಿ ಇದ್ದಾರೆ." ಅಹಲ್ಯ ಕ್ಷಣಕಾಲ ಬೆಚ್ಚಿಬಿದ್ದಳು.

"ಏನು? ನಮಗೋಸ್ಕರ ಯಾರೋ ಅಗ್ಲೇ ಕಾಯ್ತಾ ಇದ್ದಾರಾ?"

ಈಶಾ, "ಬನ್ನಿ... ಹೋಗಿ ನೋಡೋಣ. ಹಾಗೇ ರಾಮಪ್ಪನನ್ನೂ ತಂಗಲು ಅನುಮತಿ ಕೇಳೋಣ," ಎಂದಳು. ಅವರು ಸಿದ್ಧಪ್ಪನ ಜೊತೆ ರಾಮಪ್ಪನ ಮನೆ ಕಡೆ ಹೊರಟರು. ಅಲ್ಲಿದ್ದ ಮನೆಗಳಿಗಿಂತ ರಾಮಪ್ಪನ ಮನೆ ಸಂಪೂರ್ಣವಾಗಿ ವಿಭಿನ್ನವಾಗಿತ್ತು. ದೊಡ್ಡ ಗೇಟು, ಹೊಸದಾಗಿ ಕಟ್ಟಿದ ಗೋಡೆಗಳು, ಒಳಗೆ ಸುತ್ತಲೂ ಬೆಳಕು. ಗ್ರಾಮೀಣ ವಾತಾವರಣದ ಮಧ್ಯೆ ಆ ಬಂಗಲೆ ಅನ್ಯಾಯವಾಗಿ ಹೊಳೆಯುತ್ತಿರುವಂತೆ ಕಾಣುತ್ತಿತ್ತು. "ಇತ್ತೀಚೆಗಷ್ಟೇ ಕಟ್ಟಿದ ಮನೆ. ಮೊಮ್ಮಕ್ಕಳು ವಿದೇಶದಲ್ಲಿ ಓದುತ್ತಿದ್ದಾರೆ. ರಾಮಪ್ಪ ಮಾತ್ರ ಇಲ್ಲಿ ಹೊಲ ನೋಡ್ಕೊಂಡು ಇರುತ್ತಾರೆ," ಎಂದು ಸಿದ್ಧಪ್ಪ ವಿವರಿಸುತ್ತಾ ಒಳಗೆ ಕರೆದುಕೊಂಡು ಹೋದನು. ರಾಮಪ್ಪ ಅವರು ಶಾಂತ ಸ್ವಭಾವದ ವೃದ್ಧ. ಮಾತು ಕಡಿಮೆ, ಗಮನ ಹೆಚ್ಚು. ಸಿದ್ಧಪ್ಪ ಪರಿಚಯ ಮಾಡಿಕೊಡುತ್ತಿದ್ದಂತೆಯೇ, ಅವರು ಹೆಚ್ಚು ಪ್ರಶ್ನೆ ಮಾಡಲಿಲ್ಲ."ತಂಗಬಹುದು," ಎಂದು ಸರಳವಾಗಿ ಹೇಳಿದರು. ಬಂಗಲೆಯ ಮೊದಲ ಮಹಡಿಯಲ್ಲಿ ಅವರಿಗೆ ಕೊಠಡಿಗಳನ್ನು ನೀಡಲಾಯಿತು. ಆದರೆ ಮೆಟ್ಟಿಲೇರಿದ

ಕ್ಷಣ– ಯಾರೋ ಕೊಠಡಿಯ ಬಾಗಿಲಿನ ಬಳಿ ನಿಂತಿದ್ದರು. ಅಹಲ್ಯ ಒಂದು ಹೆಜ್ಜೆ ಹಿಂದೆ ಸರಿದಳು. ಸಿದಪ್ಪ " ಇವರೇ ಅವರು..." ಎಂದು ಕೂಗುತ್ತಾ ಹೇಳಿದನು. ಈಶಾ ಮುಂದೆ ಹೋಗಿ,

"ಇವರು ಸೌರಭ್. ನಾನು ಕರೆಸಿದ ಲಾಯರ್." ಎಂದಳು.

ಅಹಲ್ಯ ನಿಧಾನವಾಗಿ ಉಸಿರೆಳೆದಳು. ಅವಳು ತನ್ನ ಬ್ಯಾಗ್ ತೆರೆದು, ತೊಟ್ಟಿ ಮನೆಯ ಕಾಗದಪತ್ರಗಳು, ಹಳೆಯ ದಾಖಲೆಗಳು–ಎಲ್ಲವನ್ನೂ ಸೌರಭ್ ಕೈಗೆ ಕೊಟ್ಟು "ಇವನ್ನು ನೋಡ್ಕೋ... ಲೀಗಲ್ ಸಮಸ್ಯೆ ಏನಾದ್ರೂ ಇದ್ದರೆ ಹೇಳು," ಎಂದಳು. ಸೌರಭ್ ಗಂಭೀರವಾಗಿ ತಲೆಯಾಡಿಸಿದನು. ಅವರು ತಮ್ಮ ತಮ್ಮ ಕೊಠಡಿಗಳಿಗೆ ಹೋಗಿ ವಿಶ್ರಾಂತಿಸಿದರು.ಸ್ವಲ್ಪ ಹೊತ್ತಿನ ನಂತರ ಈಶಾ ಮತ್ತೆ ಸಿದ್ಧಪ್ಪನನ್ನು ಕರೆಸಿಕೊಂಡಳು.

"ಸಿದ್ಧಪ್ಪ... ಒಂದು ಕೆಲಸ ಮಾಡ್ಬೇಕು,ಈ ಜಾಗ ಮಾರಾಟಕ್ಕಿದೆ ಅನ್ನೋ ಸುದ್ದಿ ಎಲ್ಲೆಡೆ ಹಬ್ಬಿಸಬೇಕು." ಸಿದ್ಧಪ್ಪ ಗೌರವದಿಂದ ಒಪ್ಪಿಕ್ಕೊಂಡ.

ಈಶ ತನ್ನ ಮೊಬೈಲ್ ತೆಗೆದು, ಸಾಮಾಜಿಕ ಜಾಲತಾಣದಲ್ಲೂ ಅದೇ ವಿಷಯವನ್ನು ಪೋಸ್ಟ್ ಮಾಡಿದಳು."**ತೊಟ್ಟಿ ಮನೆ–ಮಾರಾಟಕ್ಕಿದೆ.**"

ತೊಟ್ಟಿ ಮನೆ

ಸ್ವಲ್ಪ ಹೊತ್ತಿನ ನಂತರ ಎಲ್ಲರೂ ಸೇರಿ ಹೊರಗಡೆ ಊಟಕ್ಕೆ ಹೋಗೋಣ ಎಂದು ತೀರ್ಮಾನಿಸಿದರು. ಸಿದ್ಧವಾಗಿ ಕೆಳಗೆ ಬಂದಾಗ–

"ಎಲ್ಲಿ ಹೋಗ್ತೀರಪ್ಪಾ ಈ ಹೊತ್ತಿನಲ್ಲಿ?" ಎಂದು ರಾಮಪ್ಪ ಗಟ್ಟಿಯಾಗಿ ಕೇಳಿದರು. ಎಲ್ಲರೂ ನಿಂತರು.

"ಹೋಟೆಲ್‌ಗೆ..." ಎಂದು ಆದ್ಯಂತ್ ನಿಧಾನವಾಗಿ ಉತ್ತರಿಸಿದನು. ರಾಮಪ್ಪ ಮುಖ ಗಂಭೀರವಾಯಿತು.

"ಇಲ್ಲಿ ರಾತ್ರಿ ಹೊತ್ತು ಯಾರೂ ಹೊರಗೆ ಹೋಗೋದಿಲ್ಲ. ಇಂದಿನ ಹುಡುಗರಿಗೆ ಭಯವೂ ಇಲ್ಲ, ಹಿರಿಯರ ಮಾತಿಗೆ ಬೆಲೆವೂ ಇಲ್ಲ. ಸ್ವಲ್ಪ ಕೇಳಿ... ಈ ಊರು ಸಾಮಾನ್ಯ ಊರಲ್ಲ. ರಾತ್ರಿ ಆದ್ಮೇಲೆ ರಸ್ತೆಗಳು ಖಾಲಿ ಆಗುತ್ತವೆ."ಆ ಮಾತು ಕೇಳುತ್ತಿದ್ದಂತೆಯೇ ಅಹಲ್ಯ ನೀರಾಳತ್ತ ನೋಡಿದಳು.

ರಾಮಪ್ಪ ಮುಂದುವರಿಸಿದರು–

"ನಿಮಗಾಗಿ ಮನೆಯಲ್ಲೇ ಊಟ ಮಾಡಿಸಿದ್ದಾರೆ. ಎಲ್ಲರಿಗೂ ಸಾಲುವಂತೆ. ಅದನ್ನೇ ತಿನ್ನಿ."

ತೊಟ್ಟಿ ಮನೆ

ಎಲ್ಲರೂ ಪರಸ್ಪರ ಮುಖ ನೋಡಿಕೊಂಡರು. ಹೊರಗೆ ಹೋಗಿ ಹೋಟೆಲ್ ಹುಡುಕೋದು ಕೂಡ ಕಷ್ಟವೇ ಅನ್ನಿಸಿತು.

“ಸರಿ...” ಎಂದು ಈಶಾ ಒಪ್ಪಿಕೊಂಡಳು.

ಅವರು ಒಳಗೆ ಊಟದ ಕೋಣೆಗೆ ಹೋದರು. ಆದರೆ ಅವರ ಮುಂದೆ ಇಟ್ಟಿದ್ದ ಭೋಜನ ಸಾಮಾನ್ಯವಾಗಿರಲಿಲ್ಲ , ಬಾಳೆ ಎಲೆಗಳ ಮೇಲೆ ಸಾಲು ಸಾಲಾಗಿ ಇಟ್ಟಿದ್ದ ಪದಾರ್ಥಗಳು—ಪಾಯಸ, ಹೊಳಿಗೆ, ಹಲವಾರು ಪಲ್ಯಗಳು... ಯಾವುದು ನೋಡಿದರೂ ಹಬ್ಬದ ಸವಿಯೇ. ಅಹಲ್ಯ ಅಚ್ಚರಿಯಿಂದ ಕೇಳಿದಳು—
“ಇಂದು ಸಾಮಾನ್ಯ ದಿನವೇ ಅಲ್ಲವೇ? ಹೀಗಿದ್ದರೂ ಇಷ್ಟು ದೊಡ್ಡ ಊಟ?”
ರಾಮಪ್ಪ ನಿಧಾನವಾಗಿ ನಗುತ,
“ನಿಮಗೆ ಸಾಮಾನ್ಯ ದಿನವಾಗಿರಬಹುದು. ಆದರೆ ಇಂದು ಇಲ್ಲಿ ದೊಡ್ಡ ದಿನ. ಕೋಟೆ ಮಾರಿಕಾಂಬ ಜಾತ್ರೆ. ಈ ದಿನ ಪ್ರತಿಯೊಂದು ಮನೆಯಲ್ಲೂ ಹಬ್ಬದ ಊಟ ಮಾಡುತ್ತಾರೆ,” ಎಂದರು. ಆ ಮಾತು ಕೇಳಿದ ಮೇಲೆ, ಆ ಊಟಕ್ಕೆ ಇನ್ನೊಂದು ಅರ್ಥ ಬಂದಂತಾಯಿತು. ಅವರು ಎಲ್ಲರೂ ಊಟಕ್ಕೆ ಕುಳಿತರು. ಹೊಟ್ಟೆ ಭರ್ತಿಯಾಯಿತು. ಊಟ ಮುಗಿದ ನಂತರ, ಎಲ್ಲರೂ ತೃಪ್ತಿಯಿಂದ ಕೋಣೆಗಳಿಗೆ ಹೋದರು. ಈಶಾಳ ಕೋಣೆಯ ಕಿಟಕಿಯಿಂದ ನೇರವಾಗಿ ತೊಟ್ಟಿ ಮನೆಯ ನೋಟ ಕಾಣುತ್ತಿತ್ತು. ಅವಳು ಕಿಟಕಿಯನ್ನು ಸ್ವಲ್ಪ ತೆರೆದು, ಹೊರಗೆ ನೋಡುತ್ತ

ತೊಟ್ಟಿ ಮನೆ

ನಿಂತಳು.ಆ ಮನೆ ಅದೇ ನಿಶ್ಶಬ್ದದಲ್ಲಿ ನಿಂತಿತ್ತು.

ಆದರೆ ಏನೋ.ಸ್ವಲ್ಪ ಹೊತ್ತಿನ ನಂತರ–ಗೆಜ್ಜೆಯ ಸದ್ದು ನಿಶ್ಶಬ್ದದ ಮಧ್ಯೆ ಅದು ಸ್ಪಷ್ಟವಾಗಿ ಕೇಳಿಸಿತು. ಈಶಾ ತಕ್ಷಣ ನಿಂತಳು. ಮತ್ತೊಮ್ಮೆ...ಈ ಬಾರಿ ಸ್ವಲ್ಪ ಹತ್ತಿರ. ಯಾರೋ ನಿಧಾನವಾಗಿ ನಡೆಯುತ್ತಿರುವಂತೆ...

ಅಥವಾ ಯಾರೋ ಓಡಾಡಿ ಮತ್ತೆ ನಿಂತಂತ. ಅವಳ ಹೃದಯ ತಡಕಾಡಿತು. "ಇಲ್ಲಿ ರಾತ್ರಿ ಯಾರೂ ಓಡಾಡೋದಿಲ್ಲ..." ರಾಮಪ್ಪನ ಮಾತು ನೆನಪಿಗೆ ಬಂತು. ಆಗಿದ್ದರೆ... ಈ ಸದ್ದು? ಅವಳು ಕಿಟಕಿಯಿಂದ ಹೊರಗೆ ತಲೆ ಹೊರ ಹಾಕಿ ನೋಡಿದಳು.ಯಾರೂ ಇರಲಿಲ್ಲ. ಆದರೆ... ತೊಟ್ಟಿ ಮನೆಯ ಬಾಗಿಲು ಸ್ವಲ್ಪ ತೆರೆದಂತ ಕಂಡಿತು."ಈಶಾ..."ಹಿಂದಿನಿಂದ ಅಹಲ್ಯ ಧ್ವನಿ ಕೇಳಿಸಿತು.ಈಶಾ ತಿರುಗಿ ನೋಡಿದಳು. ಏನು ಮಾಡ್ತಾ ಇದ್ದೀಯಾ?" "ಏನೂ ಇಲ್ಲ..." ಎಂದು ಈಶಾ ತಕ್ಷಣ ಉತ್ತರಿಸಿದಳು.

"ನಿನ್ನ ಕುಟುಂಬದ ಬಗ್ಗೆ ಯೋಚಿಸ್ತಾ ಇದ್ದೀಯಾ?" ಎಂದು ಅಹಲ್ಯ ಕೇಳಿದಳು.

ಈಶಾ ಕ್ಷಣಕಾಲ ನಿಂತು,

"ಹೌದು..." ಎಂದಳು.

ತೊಟ್ಟಿ ಮನೆ

ನಂತರ ನಿಧಾನವಾಗಿ ಹೇಳಿದಳು–

“ನನಗೆ ಅರ್ಥ ಆಗ್ತಿಲ್ಲ ಅಹಲ್ಯ... ಗುರುಗಳ ಪ್ರಕಾರ ನನ್ನ ಸುಳಿವು ಅಲೋಲ ಪ್ಯಾಲೆಸ್‌ನಲ್ಲಿ ಇದೆ. ಆದರೆ ಈ ಕಾಗದಗಳು... ಇವು ತೊಟ್ಟಿ ಮನೆಗೆ ಸಂಬಂಧಪಟ್ಟವು. ಈ ಎರಡು ಜಾಗಗಳ ಮಧ್ಯೆ ಏನಾದ್ರೂ ನಂಟು ಇದೆಯಾ... ಗೊತ್ತಿಲ್ಲ.”

ಸ್ವಲ್ಪ ಹೊತ್ತಿನ ನಂತರ ಅವಳು ಕೇಳಿದಳು–

“ನಿನಗೆ ಯಾವುದಾದರೂ ಸದ್ದು ಕೇಳಿಸ್ತಿದೆಯಾ?” ಅಹಲ್ಯ ಆಶ್ಚರ್ಯದಿಂದ ನೋಡಿದಳು.

“ಇಲ್ಲ... ಏನೂ ಇಲ್ಲ. ಅವಳು ಸ್ವಲ್ಪ ಹಾಸ್ಯವಾಗಿ,

“ಬಹುಶಃ ನೀರಾ ತನ್ನ ಭರತನಾಟ್ಯ ಪ್ರಾಕ್ಟೀಸ್ ಮಾಡ್ತಾ ಇರಬಹುದು,” ಎಂದಳು.

ಇಬ್ಬರೂ ಸ್ವಲ್ಪ ನಕ್ಕಿ ಮಲಗಲು ಹೋದರು.

ಮಧ್ಯರಾತ್ರಿ. ಇಡೀ ಮನೆ ಗಾಢ ನಿದ್ರೆಯಲ್ಲಿ ಮುಳುಗಿತ್ತು. ಹೊರಗಡೆ ಗಾಳಿ ಕೂಡ ನಿಂತಂತಿತ್ತು. ಅದೇ ಸಮಯದಲ್ಲಿ– ಗೆಜ್ಜೆಯ ನಾದ. ನಿಧಾನವಾಗಿ ಸ್ಪಷ್ಟವಾಗಿ ಕೇಳತೊಡಗಿತು. ಈಶಾಳ ಕಿವಿಗೆ ಮತ್ತೆ ಅದೇ ಸದ್ದು ಬಿತ್ತು. ಅವಳು ತಕ್ಷಣ ಕಣ್ಣು ತೆರೆದಳು. ಹೃದಯದ ಬಡಿತ ಸ್ವಲ್ಪ ವೇಗವಾಯಿತು. ಪಕ್ಕದಲ್ಲಿ ಅಹಲ್ಯ ಗಾಢ ನಿದ್ರೆಯಲ್ಲಿ ಇದ್ದಳು. ಗೆಜ್ಜೆಯ ಶಬ್ದ ಮತ್ತೆ ಕೇಳಿಸಿತು. ಅವಳು

ತೊಟ್ಟಿ ಮನೆ

ನಿಧಾನವಾಗಿ ಎದ್ದು, ಬಾಗಿಲು ತೆರೆದು ಹೊರಗೆ ಬಂದಳು. ಮೆಟ್ಟಿಲು ಇಳಿಯುವಾಗಲೂ ಗೆಜ್ಜೆಯ ಶಬ್ದ ನಿಂತಿರಲಿಲ್ಲ. ಹೊರಗೆ ಕಾಲಿಟ್ಟ ಕ್ಷಣ, ತೊಟ್ಟಿ ಮನೆ ಕತ್ತಲಲ್ಲಿ ಇನ್ನೂ ಭಯಾನಕವಾಗಿ ಕಾಣಿಸುತ್ತಿತ್ತು. ಈಶಾ ನಿಧಾನವಾಗಿ ಅದರ ಕಡೆ ನಡೆತೊಡಗಿದಳು. ಒದ್ದೆಯಾದ ಮಣ್ಣಿನ ಮೇಲೆ ಅವಳ ಹೆಜ್ಜೆಗಳ ಸದ್ದು ಮಾತ್ರ ಕೇಳಿಸುತ್ತಿತ್ತು. ಪ್ರತಿ ಬಾರಿ ಹಿಂದೆ ತಿರುಗಿ ನೋಡಬೇಕೆನ್ನಿಸುತ್ತಿತ್ತು. ಮರಗಳ ನೆರಳು ಕದಲಿದಾಗಲೆಲ್ಲ ಯಾರೋ ತನ್ನ ಹತ್ತಿರ ನಿಂತಂತೆ ಭಾಸವಾಗುತ್ತಿತ್ತು ,ಗಂಟಲು ಒಣಗಿದಂತಾಯಿತು. ಕೈಗಳು ತಣ್ಣಗಾಗಿದ್ದವು. ಆದರೂ... ಕುತೂಹಲ ಭಯಕ್ಕಿಂತ ದೊಡ್ಡದಾಗಿತ್ತು. ಅವಳು ತೊಟ್ಟಿ ಮನೆಯ ಮುಂದೆ ಬಂದು ನಿಂತಳು, ಬಾಗಿಲು ಸಂಪೂರ್ಣ ಮುಚ್ಚಿರಲಿಲ್ಲ. ಸ್ವಲ್ಪ ತೆರೆದಿತ್ತು. “ಯಾರೋ ಒಳಗೆ ಹೋಗಿದ್ದಾರೆ...” ಎಂದು ಮನಸ್ಸಿನಲ್ಲಿ ಹೇಳಿಕೊಂಡಳು. ಕ್ಷಣಕಾಲ ಯೋಚಿಸಿ, ನಿಧಾನವಾಗಿ ಬಾಗಿಲು ತಳ್ಳಿದಳು.ಒಳಗೆ ಕತ್ತಲೆ.ಹಳೆಯ ಮರದ ವಾಸನೆ. ಮೇಲ್ಛಾವಣಿಯಿಂದ ಎಲ್ಲೋ ನೀರು ಬೀಳುವ ಸಣ್ಣ ಶಬ್ದ. ಈಶಾ ಮೊಬೈಲ್ ಟಾರ್ಚ್ ಆನ್ ಮಾಡಿ ನಿಧಾನವಾಗಿ ಒಳಗೆ ಹೆಜ್ಜೆ ಇಟ್ಟಳು.ಅದೇ ಸಮಯದಲ್ಲಿ–ಗೆಜ್ಜೆಯ ಶಬ್ದ ಮತ್ತೆ ಕೇಳಿಸಿತು. ಈ ಬಾರಿ ಮನೆಯ ಹೊರಗಡೆಯಿಂದ. ಈಶಾ ತಕ್ಷಣ ಒಡೆದಿದ್ದ ಕಿಟಕಿಯ ಹತ್ತಿರ ಹೋಗಿ ಹೊರಗೆ ನೋಡಿದಳು. ಅಲ್ಲೇ... ಮನೆಯ ಸುತ್ತ ನಿಧಾನವಾಗಿ ಓಡಾಡುತ್ತಿದ್ದಳು ಗುಂಜಿ.

ತೊಟ್ಟಿ ಮನೆ

ಅವಳ ಕೈಯಲ್ಲಿ ಸಣ್ಣ ದೀಪ. ನಡೆಯುವಾಗಲೆಲ್ಲ ಗೆಜ್ಜೆಯ ಸದ್ದು ಕೇಳಿಸುತ್ತಿತ್ತು.

ಈಶಾ ಕ್ಷಣಕಾಲ ನಿಂತು ನೋಡಿದಳು. ನಂತರ ನಿಧಾನವಾಗಿ ನಿಟ್ಟುಸಿರು ಬಿಟ್ಟಳು.

"ಛೇ... ನಾನು ಕೂಡ ಎಷ್ಟು ಮೂರ್ಖಳಂತೆ ಭಯಪಟ್ಟೆ..." ಎಂದು ತನ್ನನ್ನೇ ಬೈದುಕೊಂಡಳು.

"ಈ ಸದ್ದೆಲ್ಲಾ ಆ ಅಜ್ಜಿಯದ್ದೇ."ಅವಳಿಗೆ ಈಗ ಸ್ವಲ್ಪ ಸಮಾಧಾನವಾಯಿತು.

"ಅಹಲ್ಯ ಇದ್ದಿದ್ರೆ ಈಗಾಗಲೇ ಓಡಿ ಹೋಗ್ತಿದ್ದಳು," ಎಂದು ಸಣ್ಣ ನಗು ಮೂಡಿಸಿಕೊಂಡಳು. ಅವಳು ಹಿಂದಿರುಗಿ ಹೊರಗೆ ಹೋಗಲು ಹೆಜ್ಜೆ ಇಟ್ಟಳು.

ಅದೇ ಕ್ಷಣದಲ್ಲಿ– ಏನೋ ಗಾಳಿಯಲ್ಲಿ ಹಾರಿ ಬಂದು ಅವಳ ಮುಖಕ್ಕೆ ಅಪ್ಪಳಿಸಿತು. ಈಶಾ ಬೆಚ್ಚಿಬಿದ್ದು ಹಿಂದೆ ಸರಿದಳು. ಒಂದು ಹಳೆಯ ಕಾಗದ. ಅದು ನೇರವಾಗಿ ಅವಳ ಮುಖದ ಮೇಲೆ ಬಿದ್ದಿತ್ತು. ಕಂಪಿಸುತ್ತಿದ್ದ ಕೈಗಳಿಂದ ಅದನ್ನು ತೆಗೆದು ನೋಡಿದಳು. ಅದರ ಮೇಲೆ ಹಳೆಯ ಶೈಲಿಯ ಅಕ್ಷರಗಳಲ್ಲಿ ಬರೆಯಲಾಗಿತ್ತು–

"ನಿನ್ನೊಳ್ ಉಸುರಂ ಸುಟ್ಟು ಎನ್ನ ಮುನಿಸಿನ ಪ್ರತೀಕಾರಮಂ ಗೆಯ್ವೆಂ..."

ತೊಟ್ಟಿ ಮನೆ

ಈಶಾಳ ಮುಖದ ಬಣ್ಣ ಬದಲಾಯಿತು. "ಇದು... ಏನು?" ಎಂದು ಅವಳು ನಿಧಾನವಾಗಿ ಗುನುಗಿದಳು.ಆ ಪದಗಳ ಅರ್ಥ ತಿಳಿಯುವಷ್ಟರಲ್ಲಿ– ತಲೆಯ ಹಿಂದೆ ಏನೋ ಭಾರವಾಗಿ ಬಡಿದ ಅನುಭವವಾಯಿತು. ಒಂದು ಕ್ಷಣ ಕಣ್ಣು ಮುಂದೆ ಎಲ್ಲವೂ ಮಸುಕಾಯಿತು. ನಂತರ ಅವಳ ದೇಹ ನಿಧಾನವಾಗಿ ನೆಲಕ್ಕುರುಳಿತು. ಅದೇ ಸಮಯದಲ್ಲಿ ರಾಮಪ್ಪನ ಮನೆಯಲ್ಲಿದ್ದ ಅಹಲ್ಯಗೆ ಸಣ್ಣ ಶಬ್ದ ಕೇಳಿಸಿತು. ಮೊದಲು ಗಮನಿಸಲಿಲ್ಲ. ಆದರೆ ಮತ್ತೆ ಕೇಳಿಸಿದಾಗ ಅವಳು ತಕ್ಷಣ ಎದ್ದು ಕುಳಿತಳು. ಈಶಾಳ ಹಾಸಿಗೆ ಖಾಲಿ ಇತ್ತು. ಅಹಲ್ಯಳಾ ಹೃದಯ ಬಡಿತ ಹೆಚ್ಚಾಯಿತು. ಅವಳು ತಕ್ಷಣ ಹೊರಗೆ ಓಡಿ, ತೊಟ್ಟಿ ಮನೆಯತ್ತ ಬಂದಳು.ಬಾಗಿಲು ಅರ್ಧ

ತೊಟ್ಟಿ ಮನೆ

ತೊಟ್ಟಿ ಮನೆ

ತೆರೆದಿತ್ತು. ಒಳಗೆ ಹೋಗಿ ನೋಡಿದ ಕ್ಷಣ—"ಈಶಾ!" ಎಂದು ಗಟ್ಟಿಯಾಗಿ ಕಿರುಚಿದಳು. ನೆಲದ ಮೇಲೆ ಈಶಾ ಪ್ರಜ್ಞೆ ತಪ್ಪಿ ಬಿದ್ದಿದ್ದಳು. ಅವಳ ಕೈಯಲ್ಲಿ ಇನ್ನೂ ಆ ಕಾಗದ ಗಟ್ಟಿಯಾಗಿ ಹಿಡಿದಿತ್ತು. ಅಹಲ್ಯ ಭಯದಿಂದ ನಡುಗುತ್ತಾ,

"ಹೆಲ್ಪ್! ಆದ್ಯಂತ್! ನಿರಾ!" ಎಂದು ಕೂಗಿದಳು. ಸ್ವಲ್ಪ ಹೊತ್ತಿನಲ್ಲೇ ಇಬ್ಬರೂ ಓಡುತ್ತ ಬಂದರು. ಮೂವರೂ ಸೇರಿ ಈಶಾಳನ್ನು ಎತ್ತಿಕೊಂಡು ರಾಮಪ್ಪನ ಮನೆಗೆ ಕರೆದುಕೊಂಡು ಹೋದರು. ಆದರೆ ಅಹಲ್ಯ ಕಣ್ಣುಗಳಲ್ಲಿ ಇನ್ನೂ ಭಯ ಉಳಿದಿತ್ತು. ಎಲ್ಲರೂ ಈಶಾಳಿಗೆ ವಿಶ್ರಾಂತಿ ಬೇಕೆಂದು ನಿರ್ಧರಿಸಿ, ಆ ಕೋಣೆಯನ್ನು ಬಿಟ್ಟು ಪಕ್ಕದ ಕೊಠಡಿಗೆ ತೆರಳಿದರು. ಆದರೆ ಅಹಲ್ಯಗೆ ಮಾತ್ರ ಮನಸ್ಸಿಗೆ ಶಾಂತಿ ಇರಲಿಲ್ಲ. ತೊಟ್ಟಿ ಮನೆಯೊಳಗೆ ಈಶಾಳಿಗೆ ಏನಾಯ್ತು? ಆ ಕಾಗದ ಎಲ್ಲಿಂದ ಬಂತು?

ಯಾರಾದರೂ ನಿಜವಾಗಿಯೂ ಒಳಗಿದ್ದರಾ...?

ಅವಳು ಹಾಸಿಗೆಯ ಮೇಲೆ ಮಲಗಿದ್ದರೂ, ಕಣ್ಣುಗಳಿಗೆ ನಿದ್ರೆ ಹತ್ತಿರವೂ ಬರಲಿಲ್ಲ. ಮೇಲ್ಛಾವಣಿಯನ್ನು ನೋಡುತ್ತಾ ಯೋಚನೆಗಳಲ್ಲಿ ಮುಳುಗಿದ್ದಳು. ಪಕ್ಕದಲ್ಲಿ ನಿರಾ ಈಗಾಗಲೇ ಮಲಗಿದ್ದಳು. ಆದ್ಯಂತ್ ಕೂಡ ಇನ್ನೊಂದು

ತೊಟ್ಟಿ ಮನೆ

ಹಾಸಿಗೆಯಲ್ಲಿ ಸುಮ್ಮನಾಗಿದ್ದ. ಕೊಠಡಿಯಲ್ಲಿ ಕೇವಲ ಗೋಡೆಯ ಗಡಿಯಾರದ ಟಿಕ್... ಟಿಕ್... ಶಬ್ದ ಮಾತ್ರ ಕೇಳಿಸುತ್ತಿತ್ತು.

ಅದೇ ಸಮಯದಲ್ಲಿ—ಗೆಜ್ಜೆಯ ಸದ್ದು. ಅಹಲ್ಯ ತಕ್ಷಣ ಕಣ್ಣು ತೆರೆದಳು. ಮೊದಲು ಅದು ತನ್ನ ಭ್ರಮೆ ಇರಬಹುದು ಎಂದುಕೊಂಡಳು. ಆದರೆ ಮತ್ತೆ... ಈ ಬಾರಿ ಇನ್ನೂ ಸ್ಪಷ್ಟವಾಗಿ ಕೇಳಿಸಿತು. ಅವಳ ದೇಹದಲ್ಲಿ ಸಣ್ಣ ನಡುಕ ಓಡಿತು. ಅವಳು ನಿಧಾನವಾಗಿ ಹಾಸಿಗೆಯಿಂದ ಎದ್ದು ಕಿಟಕಿಯ ಹತ್ತಿರ ಹೋದಳು. ಕಿಟಕಿಯ ಪರದೆಯನ್ನು ಸ್ವಲ್ಪ ಸರಿಸಿ ಕೆಳಗೆ ನೋಡಿದಳು. ಕೆಳಗೆ...ಗುಂಜಿ ಅಜ್ಜಿ. ಅವಳು ಮನೆಯ ಮುಂಭಾಗದಲ್ಲಿ ನಿಧಾನವಾಗಿ ನಡೆದಾಡುತ್ತಿದ್ದಳು. ಅವಳ ಕಾಲಿನ ಗೆಜ್ಜೆಗಳು ಪ್ರತಿಯೊಂದು ಹೆಜ್ಜೆಗೂ ವಿಚಿತ್ರವಾಗಿ ಮೊಳಗುತ್ತಿದ್ದು. ಆದರೆ ಅಹಲ್ಯಗೆ ಭಯ ಹುಟ್ಟಿಸಿದ್ದು ಆ ಗೆಜ್ಜೆಯ ಸದ್ದು ಅಲ್ಲ. ಗುಂಜಿಯ ಮುಖ. ಅವಳು ಒಬ್ಬಳೇ ನಿಂತು... ಜೋರಾಗಿ ನಗುತ್ತಿದ್ದಳು. ಆ ನಗು ಸಾಮಾನ್ಯವಾಗಿರಲಿಲ್ಲ. ಅವಳ ಕೂದಲು ಗಾಳಿಯಲ್ಲಿ ಅಸ್ತವ್ಯಸ್ತವಾಗಿ ಹರಡಿಕೊಂಡಿತ್ತು. ಕೈಯಲ್ಲಿ ಅದೇ ಸಣ್ಣ ದೀಪ. ಅದರ ಬೆಳಕು ಅವಳ ಮುಖದ ಅರ್ಧ ಭಾಗಕ್ಕೆ ಮಾತ್ರ ಬೀಳುತ್ತಿತ್ತು. ನಂತರ ಅವಳು ಏಕಾಏಕಿ ನಿಂತಳು. ತಲೆ ನಿಧಾನವಾಗಿ ಮೇಲಕ್ಕೆತ್ತಿದಳು. ಅಹಲ್ಯ ಉಸಿರೇ ನಿಂತಂತಾಯಿತು. ಗುಂಜಿ ನೇರವಾಗಿ ಕಿಟಕಿಯ ಕಡೆ ನೋಡುತ್ತಿದ್ದಳು. ಅಹಲ್ಯ ತಕ್ಷಣ ಪರದೆಯ ಹಿಂದೆ ಸರಿದಳು. ಹೃದಯದ ಬಡಿತ ಜೋರಾಗಿತ್ತು.

ತೊಟ್ಟಿ ಮನೆ

"ಅವಳು... ನನ್ನನ್ನ ನೋಡಿದ್ಲಾ?"

ಅವಳು ಮತ್ತೆ ಧೈರ್ಯ ಮಾಡಿ ಕಿಟಕಿಯಿಂದ ಹೊರಗೆ ನೋಡಿದಳು. ಗುಂಜಿ ಇನ್ನೂ ಅಲ್ಲೇ ನಿಂತಿದ್ದಳು. ಈ ಬಾರಿ ಅವಳು ನಿಧಾನವಾಗಿ ಒಂದೇ ಸಾಲನ್ನು ಮತ್ತೆ ಮತ್ತೆ ಹೇಳುತ್ತಿದ್ದಳು–

"ನಿನ್ನೊಳ್ ಉಸುರಂ ಸುಟ್ಟು... ಎನ್ನ ಮುನಿಸಿನ ಪ್ರತೀಕಾರಮಂ ಗೆಯ್ವೆಂ..." ಅವಳ ಧ್ವನಿ ನಿಧಾನವಾಗಿದ್ದರೂ, ಆ ರಾತ್ರಿ ಮೌನದಲ್ಲಿ ಅದು ಸ್ಪಷ್ಟವಾಗಿ ಕೇಳಿಸುತ್ತಿತ್ತು. ಮತ್ತೆ– "ನಿನ್ನೊಳ್ ಉಸುರಂ ಸುಟ್ಟು... ಎನ್ನ ಮುನಿಸಿನ ಪ್ರತೀಕಾರಮಂ ಗೆಯ್ವೆಂ..."

ಅಹಲ್ಯಗೆ ಗಂಟಲು ಒಣಗಿದಂತಾಯಿತು. ಅವಳು ತಕ್ಷಣ ಹಿಂದೆ ಸರಿದಳು. ಅದೇ ಕ್ಷಣದಲ್ಲಿ ಕೆಳಗಿಂದ ಏನೋ ಗಟ್ಟಿಯಾಗಿ ಬಿದ್ದ ಶಬ್ದ ಕೇಳಿಸಿತು. ಅಹಲ್ಯ ಬೆಚ್ಚಿಬಿದ್ದು ಮತ್ತೆ ಕಿಟಕಿಯಿಂದ ನೋಡಿದಳು. ಆದರೆ... ಗುಂಜಿ ಅಲ್ಲಿ ಇರಲಿಲ್ಲ. ಕೆಲವೇ ಕ್ಷಣಗಳ ಹಿಂದೆ ನಿಂತಿದ್ದ ಜಾಗ ಸಂಪೂರ್ಣ

ತೊಟ್ಟಿ ಮನೆ

ಖಾಲಿಯಾಗಿತ್ತು. ಗೆಜ್ಜೆಯ ಸದ್ದೂ ನಿಂತಿತ್ತು. ಆದರೆ ನೆಲದ ಮೇಲೆ ಮಾತ್ರ ದೀಪದ ಸಣ್ಣ ಬೆಳಕು ಇನ್ನೂ ಹೊತ್ತಿಕೊಂಡಿತ್ತು. ಅಹಲ್ಯ ತಕ್ಷಣ ಕಿಟಕಿಯನ್ನು ಮುಚ್ಚಿದಳು. ಅವಳ ಕೈಗಳು ನಡುಗುತ್ತಿದ್ದವು. ಹಾಸಿಗೆಯ ಮೇಲೆ ಬಂದು ಕುಳಿತರೂ, ಅವಳ ಕಿವಿಯಲ್ಲಿ ಇನ್ನೂ ಅದೇ ಸಾಲು ಗುನುಗುತ್ತಿತ್ತು– ಅವಳು ಕಣ್ಣು ಮುಚ್ಚಿಕೊಂಡಳು.

"ಇದು ಕನಸು… ನಿಜ ಅಲ್ಲ…" ಎಂದು ತನ್ನನ್ನೇ ಸಮಾಧಾನಪಡಿಸಿಕೊಳ್ಳಲು ಪ್ರಯತ್ನಿಸಿದಳು.ಆದರೆ ಮನಸ್ಸು ಒಪ್ಪಲಿಲ್ಲ. ಭಯ, ದಣಿವು, ಗೊಂದಲ–ಎಲ್ಲವೂ ಸೇರಿ ಕೊನೆಗೆ ಅವಳನ್ನು ನಿದ್ರೆಯೊಳಗೆ ತಳ್ಳಿದವು.

ಅಧ್ಯಾಯ ೩ : ಸಂದೇಹ

ಒಂದೇ ರಾತ್ರಿಯಲ್ಲಿ ಅನುಭವಿಸಬಾರದಷ್ಟು ವಿಚಿತ್ರ ಘಟನೆಗಳನ್ನು ಅನುಭವಿಸಿದ್ದ ಆ ಗುಂಪು ಸಂಪೂರ್ಣವಾಗಿ ಸುಸ್ತಾಗಿತ್ತು.

ಆ ರಾತ್ರಿ ಯಾರಿಗೂ ಸರಿಯಾಗಿ ನಿದ್ರೆ ಬಂದಿರಲಿಲ್ಲ. ಕಣ್ಣು ಮುಚ್ಚಿದರೂ ಗೆಜ್ಜೆಯ ನಾದ, ತೊಟ್ಟಿ ಮನೆಯ ಕತ್ತಲೆ, ಗುಂಜಿಯ ಧ್ವನಿ–ಎಲ್ಲವೂ ಮನಸ್ಸಿನಲ್ಲಿ ಮತ್ತೆ ಮತ್ತೆ ಮೂಡುತ್ತಿತ್ತು. ಕಾರಣಕ್ಕೇ ಬೆಳಗ್ಗೆ ಆದರೂ ಯಾರೂ ಎಚ್ಚರಗೊಳ್ಳಲಿಲ್ಲ. ಸೂರ್ಯ ಸಾಕಷ್ಟು ಮೇಲೇರಿದ ನಂತರ, ಸುಮಾರು ಹತ್ತು ಗಂಟೆಯ ವೇಳೆಗೆ

ಮಾತ್ರ ಮನೆಯೊಳಗೆ ಚಲನವಲನ ಕಾಣಿಸಿತು. ಮೊದಲಿಗೆ ಎದ್ದವರು ಆದ್ಯಂತ್ ಮತ್ತು ನೀರಾ. ಇಬ್ಬರೂ ಹೆಚ್ಚು ಮಾತಾಡದೆ ಹೊರಗೆ ಹೋಗಿ ಸ್ವಲ್ಪ ಹೊತ್ತು ನಡೆಯುತ್ತ ಬಂದರು. ಬೆಳಗಿನ ಶಿವಮೊಗ್ಗದ ವಾತಾವರಣ ಶಾಂತವಾಗಿದ್ದರೂ, ಅವರ ಮನಸ್ಸಿನೊಳಗಿನ ಅಸ್ವಸ್ಥತೆ ಕಡಿಮೆಯಾಗಿರಲಿಲ್ಲ.ಮರಳಿ ರಾಮಪ್ಪನ ಮನೆಗೆ ಬಂದರು. ಮೇಲ್ಮಹಡಿಗೆ ಬಂದಾಗ, ಅಹಲ್ಯ ಇನ್ನೂ ಮಲಗಿದ್ದಳು. ಅವಳ ಮುಖ ಬಿಳಿಯಾಗಿತ್ತು. ನೆತ್ತಿಯ ಮೇಲೆ ಬೆವರು.

"ಜ್ವರ ಬಂದಿದೆಯೇನೋ..." ಎಂದು ನೀರಾ ನಿಧಾನವಾಗಿ ಹೇಳಿದಳು.

ಆದ್ಯಂತ್ ಈಶಾಳ ಕೋಣೆಯ ಬಾಗಿಲು ತಟ್ಟಿದನು. ಒಳಗಿಂದ ಸ್ವಲ್ಪ ಹೊತ್ತಿನ ನಂತರ ಬಾಗಿಲು ತೆರೆದಿತು. ಈಶಾ ಎದುರು ನಿಂತಿದ್ದಳು.ಅ ಮುಖದಲ್ಲಿ ದಣಿವು ಇದ್ದರೂ, ಕಣ್ಣುಗಳಲ್ಲಿ ವಿಚಿತ್ರವಾದ ಸ್ಥಿರತೆ ಕಾಣಿಸುತ್ತಿತ್ತು. "ಹೇಗಿದ್ದೀಯ?" ಎಂದು ಆದ್ಯಂತ್ ಕೇಳಿದನು. "ನನಗೆ ಏನೂ ಆಗಿಲ್ಲ," ಎಂದು ಈಶಾ ಸರಳವಾಗಿ ಉತ್ತರಿಸಿದಳು.ಆ ಬಾಗಿಲು ತೆರೆದ ಕ್ಷಣದಲ್ಲಿ ಅವಳ ಕೈಯಲ್ಲಿ ಇದ್ದದ್ದು ಆದ್ಯಂತ್ ಗಮನಿಸಿದನು– ಅದೇ ಕಾಗದ. "ನಿನ್ನೊಳ್ ಉಸುರಂ ಸುಟ್ಟು..."ಆ ಸಾಲು ಮತ್ತೆ ಅವಳ ಮನಸ್ಸಿನಲ್ಲಿ ಮರುಕಳಿಸಿತು. ಈಶಾ ಕ್ಷಣಕಾಲ ಆ ಪದಗಳನ್ನು ಮನಸ್ಸಿನಲ್ಲಿ ಓದಿಕೊಂಡಳು.ನಂತರ ತಕ್ಷಣ ಕಾಗದವನ್ನು ಮಡಚಿ ಬ್ಯಾಗ್ ಒಳಗೆ ಹಾಕಿಬಿಟ್ಟಳು.

ತೊಟ್ಟಿ ಮನೆ

"ಸುಮ್ಮನೆ ಯಾಕೆ ತಲೆ ಕೆಡಿಸಿಕೊಳ್ಳಬೇಕು," ಎಂದು ತನ್ನೊಳಗೇ ಹೇಳಿಕೊಂಡಳು. "ಮೊದಲು ನಾವು ಬಂದ ಕೆಲಸ ಮುಗಿಸೋಣ."

ಅವಳು ಯಾವುದೂ ಆಗದಂತೆ ಸ್ನಾನ ಮಾಡಿ ಸಿದ್ಧವಾಗತೊಡಗಿದಳು.ಈಶಾಳ ಈ ವರ್ತನೆ ನೀರಾ ಮತ್ತು ಆದ್ಯಂತ್ ಇಬ್ಬರಿಗೂ ಅಸ್ವಸ್ಥತೆಯನ್ನುಂಟು ಮಾಡಿತು.

"ನಿನ್ನೆ ರಾತ್ರಿ ಏನೂ ಆಗಿಲ್ಲ ಅನ್ನೋ ತರ ಇದ್ದಾಳೆ..." ಎಂದು ನೀರಾ ನಿಧಾನವಾಗಿ ಹೇಳಿದಳು. "ಅದೇ ನನಗೆ ಭಯ ಹುಟ್ಟಿಸ್ತಿದೆ," ಎಂದ ಆದ್ಯಂತ್.

ಸ್ವಲ್ಪ ಹೊತ್ತಿನ ನಂತರ ಅಹಲ್ಯ ಕೂಡ ಎಚ್ಚರಗೊಂಡಳು. ಆದರೆ ಅವಳ ಸ್ಥಿತಿ ಸರಿಯಾಗಿರಲಿಲ್ಲ. ದೇಹದಲ್ಲಿ ನಿಶಕ್ತಿ, ಸ್ವಲ್ಪ ಜ್ವರ. ರಾಮಪ್ಪ ತಯಾರಿಸಿದ್ದ ಬಿಸಿ ಉಪಹಾರವನ್ನು ಕಷ್ಟಪಟ್ಟು ತಿಂದಳು. ಮಾತ್ರೆ ತೆಗೆದುಕೊಂಡು ಮತ್ತೆ ಮಲಗಿಬಿಟ್ಟಳು. "ನಾನು ಸ್ವಲ್ಪ ವಿಶ್ರಾಂತಿ ತೆಗೆದುಕೊಳ್ತೀನಿ..." ಎಂದಳು ಅವಳು ನಿಧಾನವಾಗಿ. ಈಶಾ ಅವಳತ್ತ ಕೆಲ ಕ್ಷಣ ನೋಡಿದಳು. "ಏನೂ ಆಗಲ್ಲ. ನೀನು ರೆಸ್ಟ್ ಮಾಡು," ಎಂದಳು.ಆದರೆ ಅಹಲ್ಯ ಮನಸ್ಸಿನಲ್ಲಿ ಇನ್ನೂ ನಿನ್ನೆ ರಾತ್ರಿ ಕಂಡ ದೃಶ್ಯವೇ ಓಡುತ್ತಿತ್ತು– ಕೆಲವೇ ಕ್ಷಣಗಳಲ್ಲಿ ಈಶಾ, ಆದ್ಯಂತ್ ಮತ್ತು ನೀರಾ ಕೆಳಗೆ

ಬಂದರು. ರಾಮಪ್ಪನ ಮನೆಯ ಉಪಹಾರ ಅದ್ಭುತವಾಗಿತ್ತು. ಆದರೆ ಯಾರಿಗೂ ಸರಿಯಾಗಿ ತಿನ್ನುವ ಮನಸ್ಸಿರಲಿಲ್ಲ.

ಊಟದ ಮಧ್ಯೆ ರಾಮಪ್ಪ ಅವರು ನಿಧಾನವಾಗಿ ಕೇಳಿದರು– "ನಿನ್ನೆ ರಾತ್ರಿ ಚೆನ್ನಾಗಿ ನಿದ್ರೆ ಆಯಿತಾ?"ಮೂರೂ ಜನ ಒಬ್ಬರ ಮುಖ ಒಬ್ಬರು ನೋಡಿಕೊಂಡರು.ಈಶ ಮಾತ್ರ ತಕ್ಷಣ ನಗುತ, "ಹೌದು. ಚೆನ್ನಾಗಿತ್ತು," ಎಂದಳು. ರಾಮಪ್ಪ ಅವಳ ಕಣ್ಣುಗಳತ್ತ ಕೆಲ ಕ್ಷಣ ನೆಟ್ಟಗೆ ನೋಡಿದರು. ನಂತರ ನಿಧಾನವಾಗಿ ಹೇಳಿದರು–

"ಈ ಊರಲ್ಲಿ ಕೆಲವು ಪ್ರಶ್ನೆಗಳಿಗೆ ಉತ್ತರ ಹುಡುಕೋದು ಒಳ್ಳೇದಲ್ಲ."ಆ ಮಾತು ಕೇಳಿ ನೀರಾಗೆ ಅಸ್ವಸ್ಥತೆಯಾಯಿತು.ಆದರೆ ಈಶಾ ಉತ್ತರ ಕೊಡಲಿಲ್ಲ.

ಉಪಹಾರ ಮುಗಿದ ನಂತರ, ಸಿದ್ಧಪ್ಪನ ಮನೆಗೆ ಹೋಗಿ ಯಾರಾದರೂ ತೊಟ್ಟಿ ಮನೆ ಬಗ್ಗೆ ಆಸಕ್ತಿ ತೋರಿದ್ದಾರೆಯೇ ಎಂದು ಕೇಳೋಣ ಎಂದು ಅವರು ನಿರ್ಧರಿಸಿದರು. ಮೂರೂ ಜನ ಹೊರಗೆ ಬರಲು ಸಿದ್ಧರಾದರು.

ಆದರೆ ಅಷ್ಟರಲ್ಲಿ ಈಶಾಳ ದೃಷ್ಟಿ ಎದುರಿನ ಮನೆ ಕಡೆ ಬಿತ್ತು– ಗುಂಜಿಯ ಮನೆ.ಅವಳ ಮುಖ ತಕ್ಷಣ ಗಂಭೀರವಾಯಿತು. "ನೀವು ಹೋಗಿ. ನಾನು ಈಗ ಬರ್ತೀನಿ," ಎಂದಳು. "ಎಲ್ಲಿ?" ಎಂದು ನೀರಾ ಕೇಳಿದಳು. "ಆ ಅಜ್ಜಿಯ ಜೊತೆ

ಮಾತಾಡ್ಬೇಕು." "ಈಶಾ..." ಎಂದು ಆದ್ಯಂತ್ ತಡೆಯಲು ಮುಂದಾದನು.ಆದರೆ ಅವಳು ಕೇಳಲೇ ಇಲ್ಲ.ಕೋಪದಿಂದ ನೇರವಾಗಿ ಗುಂಜಿಯ ಮನೆಯತ್ತ ನಡೆದಳು. ನೀರಾ ಮತ್ತು ಆದ್ಯಂತ್ ಕೂಡ ಬೇಸರದಿಂದ ಅವಳ ಹಿಂದೆ ಹೋದರು.

ಗುಂಜಿಯ ಮನೆ ಹತ್ತಿರ ಬಂದಂತೆ, ಅಲ್ಲಿನ ವಾತಾವರಣವೇ ಬದಲಾಗುತ್ತಿದ್ದಂತೆ ಅನಿಸಿತು.ತೊಟ್ಟಿ ಮನೆ ಭಯಾನಕವಾಗಿತ್ತು. ಆದರೆ ಈ ಮನೆ...ಜೀವಂತವಾಗಿಯೇ ಸತ್ತಂತೆ ಕಾಣಿಸುತ್ತಿತ್ತು. ಗೋಡೆಗಳೆಲ್ಲ ಕಪ್ಪಾಗಿ ಹಾಳಾಗಿದ್ದವು.ಮನೆಯ ಮೇಲ್ಛಾವಣಿಯಿಂದ ಒಣಗಿದ ಬೇರುಗಳು ಕೆಳಗೆ ತೂಗುತ್ತಿದ್ದು.ಬಾಗಿಲಿನ ಬಳಿ ಯಾರೋ ವರ್ಷಗಳಿಂದ ಕುಳಿತಿದ್ದಂತೆ ಧೂಳು ಜಮೆಯಾಗಿತ್ತು. ಒಳಗಿಂದ ಬರುವ ವಾಸನೆ ಉಸಿರುಗಟ್ಟಿಸುವಂತಿತ್ತು.

ಒಳಗಿಂದ ನಿಧಾನವಾಗಿ ಗೆಜ್ಜೆಯ ಶಬ್ದ ಬರುತ್ತಿತ್ತು. ಈಶಾಳ ಸಹನೆ ಮುಗಿದಿತ್ತು.ಅವಳು ನೇರವಾಗಿ ಒಳಗೆ ನುಗ್ಗಿದಳು.

"ಸಾಕು!" ಎಂದು ಗಟ್ಟಿಯಾಗಿ ಕೂಗಿದಳು. "ನಾನು ನಿನ್ನೆ ಇಂದಾ ಎಲ್ಲ ನೋಡ್ತಾ ಇದ್ದೀನಿ. ಏನು ನಾಟಕ ಮಾಡ್ತಿದ್ದೀರ ನೀವು?"

ಗೆಜ್ಜೆಯ ಶಬ್ದ ಏಕಾಏಕಿ ನಿಂತಿತು.

ತೊಟ್ಟಿ ಮನೆ

"ಜನರಿಗೆ ಭಯ ಹುಟ್ಟಿಸೋದ್ರಲ್ಲಿ ಏನು ಸಿಗುತ್ತೆ? ಇಷ್ಟು ವಯಸ್ಸಾಗಿದೆ... ನಾಚಿಕೆ ಆಗಲ್ಲವಾ?"ಅಷ್ಟಕ್ಕೂ ನಿಮ್ಮ ಗುರಿ ಏನು?" ಎಂದು ಈಶಾ ಮತ್ತಷ್ಟು ಜೋರಾಗಿ ಕೇಳಿದಳು.ಅದೇ ಕ್ಷಣದಲ್ಲಿ—ಮನೆಯ ಒಳಗಿಂದ ಒಣ ನಗು ಕೇಳಿಸಿತು. ನೀರಾ ತಕ್ಷಣ ಈಶಾಳ ಕೈ ಹಿಡಿದಳು.

"ಈಶಾ... ಬಿಡು. ಈಗ ಇವೆಲ್ಲ ಬೇಡ," ಎಂದಳು ಆತಂಕದಿಂದ. "ಮೊದಲು ನಾವು ಬಂದ ಕೆಲಸ ನೋಡೋಣ."

ಆದ್ಯಂತ್ ಕೂಡ ಸುತ್ತಮುತ್ತ ನೋಡುತ್ತಾ, "ಹೌದು. ಇಲ್ಲಿಂದ ಹೊರಡೋಣ," ಎಂದನು ನಿಧಾನವಾಗಿ. ಆ ಕ್ಷಣ ಕತ್ತಲಿನಿಂದ ಗುಂಜಿಯ ಧ್ವನಿ ಕೇಳಿಸಿತು—

"ಹೋಗಿ...ಹೋಗಿ... ಇನ್ನೂ ಸಮಯ ಇದೆ..." ಮೂರೂ ಜನ ಕ್ಷಣಕಾಲ ಮೌನವಾಗಿ ನಿಂತರು. ನಂತರ ನಿಧಾನವಾಗಿ ಅಲ್ಲಿಂದ ಹೊರಬಂದರು. ಆದರೆ ಅವರು ಮನೆಯ ಮೆಟ್ಟಿಲು ಇಳಿಯುವಾಗ—ಒ ಮತ್ತೆ ಅದೇ ಸಾಲು ಕೇಳಿಸಿತು. "ನಿನ್ನೊಳ್ ಉಸುರಂ ಸುಟ್ಟು......"

ಅವರು ಸಿದ್ಧಪ್ಪನ ಮನೆಯ ದಾರಿಯನ್ನು ಹಿಡಿದು ನಿಧಾನವಾಗಿ ನಡೆತೊಡಗಿದರು. ಮಧ್ಯಾಹ್ನದ ಹೊತ್ತು ಆಗಿದ್ದರೂ ಊರಿನ ವಾತಾವರಣದಲ್ಲಿ

ತೊಟ್ಟಿ ಮನೆ

ಒಂದು ರೀತಿಯ ಮೌನ ಇತ್ತು. ಕೊನೆಗೆ ಅವರು ಸಿದ್ಧಪ್ಪನ ಮನೆಯನ್ನು ತಲುಪಿದರು.ಸಿದ್ಧಪ್ಪ ಮನೆಯ ಮುಂದೆ ಕುಳಿತುಕೊಂಡಿದ್ದ. ಅವರನ್ನು ನೋಡಿದ ತಕ್ಷಣ ಎದ್ದು ನಿಂತು,

"ಬನ್ನಿ ಮೇಡಂ," ಎಂದು ಆತ್ಮೀಯವಾಗಿ ಒಳಗೆ ಕರೆದನು.

ನೀರಾ ಮುಂದೆ ಬಂದು ಕೇಳಿದಳು–

"ಆ ತೊಟ್ಟಿ ಮನೆಯನ್ನು ಕೊಳ್ಳೋಕೆ ಯಾರಾದ್ರೂ ಆಸಕ್ತಿ ತೋರಿಸಿದ್ದಾರಾ ಸಿದ್ಧಪ್ಪ?"

ಸಿದ್ಧಪ್ಪ ತಕ್ಷಣ ಉತ್ತರಿಸಿದನು.

"ಹೌದು ಮೇಡಂ. ರಾಜೇಶ್ ಶರ್ಮಾ ಅಂತ ಒಬ್ಬ ಹಿರಿಯ ವ್ಯಕ್ತಿ ಬಂದಿದ್ದಾರೆ. ಅವರ ಮಕ್ಕಳು ವಿದೇಶದಲ್ಲಿದ್ದಾರೆ. ಅವರಿಗೆ ಶಾಂತವಾದ ಜಾಗದಲ್ಲಿ ಮನೆ ಕಟ್ಟಿಕೊಂಡು ಉಳಿಯಬೇಕು ಅನ್ನೋ ಆಸೆ. ಈ ಜಾಗ ನೋಡಿ ಅವರಿಗೆ ತುಂಬ ಇಷ್ಟ ಆಯ್ತು. ಹಳೆಯ ಮನೆಯನ್ನು ಕೆಡವಿ ಹೊಸ ಮನೆ ಕಟ್ಟೋ ಯೋಚನೆ ಮಾಡಿದ್ದಾರೆ. ಆದ್ರೆ ಎಲ್ಲ ಲೀಗಲ್ ಪೇಪರ್ಸ್ ಸರಿಯಾಗಿದೆಯಾ ಅಂತ

ಕೇಳುತ್ತಿದ್ದರು. ನಾನು ನಾಳೆ ನಿಮ್ಮನ್ನ ಅವರಿಗೆ ಪರಿಚಯ ಮಾಡಿಸ್ತೀನಿ ಅಂತ ಹೇಳಿದ್ದೆ."

ಆದ್ಯಂತ್ ಮುಖದಲ್ಲಿ ಖುಷಿ ಮೂಡಿತು.

"ಅಯ್ಯೋ ಸದ್ಯ ಯಾರಾದ್ರೂ ಖರೀದಿ ಮಾಡ್ತಿದ್ದಾರಲ್ಲ! ಈಶಾ, ಮಾತುಕತೆ ಸರಿಯಾಗಿ ಆಯ್ತು ಅಂದ್ರೆ ನಮಗೆ ಪ್ರಾಜೆಕ್ಟ್‌ಗೆ ಬೇಕಾದ ಹಣದ ಸಮಸ್ಯೆ ಸ್ವಲ್ಪ ಕಡಿಮೆಯಾಗಬಹುದು."

ನೀರಾ ಕೂಡ ತಕ್ಷಣ ಒಪ್ಪಿಕೊಂಡಳು.

"ಹೌದು. ಹೇಗಾದರೂ ನಮಗೆ ಸಮಯ ಕಡಿಮೆ. ಈ ಕೆಲಸ ಬೇಗ ಮುಗಿದರೆ ಒಳ್ಳೆಯದೇ."

ಈಶಾ ಇಬ್ಬರತ್ತ ನೋಡಿದಳು.

"ನೀವಿಬ್ಬರೂ ತುಂಬ ಬೇಗ ನಿರ್ಧಾರ ಮಾಡ್ತಾ ಇದ್ದೀರಾ," ಎಂದಳು ಶಾಂತವಾಗಿ.

" ಜಾಗದ ಅಳತೆ, ಮೊತ್ತ ಜಾಗದ ಹಕ್ಕು ಯಾರಿಗೆ ಇದೆ, ಎಲ್ಲ ಸರಿಯಾಗಿ ತಿಳಿದುಕೊಳ್ಳಬೇಕು. ಅದಕ್ಕಾಗಿಯೇ ಸೌರಭ್‌ನ್ನು ಕರೆಸಿದ್ದೀನಿ."

ನೀರಾ ಆಶ್ಚರ್ಯದಿಂದ ಕೇಳಿದಳು–

"ನಾನೇನೋ ಕಾನೂನು ಸಾಕ್ಷಿಗೆ ಮಾತ್ರ ಲಾಯರ್ ಬಂದಿದ್ದಾರೆ ಅಂದುಕೊಂಡಿದ್ದೆ. ಇಷ್ಟು ಪ್ರೊಸೀಜರ್ ಬೇಕಾ?"

"ಬೇಕೇ ಬೇಕು," ಎಂದು ಈಶಾ ಉತ್ತರಿಸಿದಳು.

"ನಮಗೆ ಸಂಪೂರ್ಣ ಮಾಹಿತಿ ಇಲ್ಲ. ಹೀಗಿರುವಾಗ ಮುಂದೆ ಸಮಸ್ಯೆ ಬಂದರೆ ?."

ಆದ್ಯಂತ್ ಕೂಡ ತಲೆಯಾಡಿಸಿದನು.

"ಹೌದು. ಮೊದಲೇ ಜಾಗ್ರತೆ ಇರೋದು ಒಳ್ಳೇದು."

ಈಶಾ ಮತ್ತೆ ಸಿದ್ಧಪ್ಪನತ್ತ ತಿರುಗಿದಳು.

"ಅವರು ಈಗ ಎಲ್ಲಿದ್ದಾರೆ?"

"ಇಲ್ಲೇ ಸಿಟಿ ಆಚೆ ಒಂದು ಲಾಡ್ಜ್‌ನಲ್ಲಿ ಉಳಿದಿದ್ದಾರೆ ಮೇಡಂ," ಎಂದ ಸಿದ್ಧಪ್ಪ.

"ನಾನೇ ಹೋಗಿ ಕರೆದುಕೊಂಡು ಬರ್ತೀನಿ."

ತೊಟ್ಟಿ ಮನೆ

"ಸರಿ, ನಾವು ರಾಮಪ್ಪನ ಮನೆಗೆ ಹೋಗ್ತೀವಿ. ನೀವು ಅಲ್ಲಿಗೆ ಕರೆದುಕೊಂಡು ಬನ್ನಿ." ಎಂದು ಈಶಾ ಹೇಳಿದಳು.

ಅವರು ಅಲ್ಲಿಂದ ಹೊರಟರು. ದಾರಿಯಲ್ಲಿ ಇದ್ದ ವೈದ್ಯಕೀಯ ಅಂಗಡಿಯಲ್ಲಿ ಅಹಲ್ಯಗೆ ಬೇಕಾದ ಮಾತ್ರೆಗಳನ್ನು ಕೊಳ್ಳಲು ನೀರಾ ಮತ್ತು ಆದ್ಯಂತ್ ಒಳಗೆ ಹೋದರು. ಈಶಾ ಮಾತ್ರ ಸ್ವಲ್ಪ ದೂರ ನಿಂತಳು. ಅವಳ ಮನಸ್ಸಿನಲ್ಲಿ ಇನ್ನೂ ನಿನ್ನೆ ರಾತ್ರಿ ಕಂಡ ಕಾಗದದ ಸಾಲು ಓಡುತ್ತಿತ್ತು. ಅವಳು ಮೊಬೈಲ್ ತೆಗೆದು ಆ ಪದಗಳ ಅರ್ಥ ಹುಡುಕಲು ಪ್ರಯತ್ನಿಸಿದಳು. ಕೆಲವು ಕ್ಷಣಗಳ ನಂತರ ಅದರ ಅರ್ಥ ಅವಳಿಗೆ ಸಿಕ್ಕಿತು–

"ನಿನ್ನ ಉಸಿರನ್ನೇ ಸುಟ್ಟು ನನ್ನ ದ್ವೇಷದ ಪ್ರತೀಕಾರ ತೀರಿಸಿಕೊಳ್ಳುವೆನು."

ಆ ಅರ್ಥ ಓದಿದ ಕ್ಷಣ ಈಶಾ ಸ್ವಲ್ಪ ಭಯಭೀತಳಾದಳು.

"ಪ್ರತೀಕಾರ ಅಂತೆ ಮಣ್ಣಂತೆ..." ಎಂದು ತನ್ನೊಳಗೆ ಯೋಚಿಸಿದಳು. "ಆದ್ರೆ ಯಾರಿಗೆ? ಯಾಕೆ?" ಸ್ವಲ್ಪ ಹೊತ್ತು ಮೌನವಾಗಿ ನಿಂತಳು.

ನಿನ್ನೆ ರಾತ್ರಿ ತಾನು ಬಿದ್ದದ್ದು ಸಹಜವಾಗಿರಲಿಲ್ಲ ಅನ್ನೋ ಭಾವನೆ ಅವಳ ಮನಸ್ಸಿನಲ್ಲಿ ಇನ್ನೂ ಉಳಿದಿತ್ತು. ಯಾರೋ ತಲೆಗೆ ಹೊಡೆದ ಅನುಭವ ಅವಳಿಗೆ

ಸ್ಪಷ್ಟವಾಗಿ ನೆನಪಿತ್ತು. ಆದರೆ ಅದರ ಬಗ್ಗೆ ಯಾರಿಗೂ ಹೇಳಬೇಕೋ ಬೇಡವೋ ಎಂದು ಯೋಚಿಸುತ್ತಿದ್ದಳು.

"ಬಹುಶಃ ನಾನು ಹೆಚ್ಚು ಯೋಚಿಸುತ್ತಿದ್ದೀನೋ," ಎಂದು ತನ್ನನ್ನೇ ಸಮಾಧಾನಪಡಿಸಿಕೊಂಡಳು. ಅಷ್ಟರಲ್ಲಿ ನೀರಾ ಮತ್ತು ಆದ್ಯಂತ್ ಹೊರಬಂದರು.

"ಆಯ್ತು, ಮಾತ್ರೆ ತಗೊಂಡಿದ್ದು," ಎಂದು ಆದ್ಯಂತ್ ಹೇಳಿದನು. "ಬಾ, ಅಹಲ್ಯಗೆ ಕೊಡೋಣ." ನೀರಾ ಕೂಡ ತಲೆಯಾಡಿಸಿದಳು. ಈಶಾ ಮೊಬೈಲ್ ಬ್ಯಾಗ್‌ಗೆ ಹಾಕಿಕೊಂಡು ಅವರ ಜೊತೆ ನಡೆಯತೊಡಗಿದಳು.

"ನಂತರ ಆ ರಾಜೇಶ್ ಶರ್ಮಾನ್ನ ಭೇಟಿ ಮಾಡೋಣ," ಎಂದಳು ಅವಳು.

ಇತ್ತ ಇವರೆಲ್ಲ ಸಿದ್ಧಪ್ಪನ ಮನೆಯ ಕಡೆಗೆ ಹೋಗಿದ್ದರೆ, ಅತ್ತ ರಾಮಪ್ಪನ ಮನೆಯಲ್ಲಿ ಅಹಲ್ಯ ಒಬ್ಬಳೇ ಮೌನವಾಗಿ ಮಲಗಿದ್ದಳು. ಆದರೆ ಅವಳ ಕಣ್ಣುಗಳಿಗೆ ನಿದ್ರೆ ಇರಲಿಲ್ಲ. ಬೆಳಗ್ಗಿನಿಂದಲೂ ಮನಸ್ಸಿನೊಳಗೆ ಏನೋ ಅಸ್ವಸ್ಥತೆ ಕಾಡುತ್ತಿತ್ತು. ದೇಹಕ್ಕೆ ಬಂದಿದ್ದ ಜ್ವರಕ್ಕಿಂತ, ತಲೆಯೊಳಗೆ ಸುತ್ತುತ್ತಿದ್ದ ಪ್ರಶ್ನೆಗಳೇ ಅವಳನ್ನು ಹೆಚ್ಚು ಕಂಗೆಡಿಸುತ್ತಿದ್ದವು. ಕೊಠಡಿಯ ಕಿಟಕಿಯಿಂದ ಹೊರಗೆ ಬೀಳುತ್ತಿದ್ದ ಮಂದ ಬೆಳಕು ನೆಲದ ಮೇಲೆ ಉದ್ದ ನೆರಳುಗಳನ್ನು ಸೃಷ್ಟಿಸುತ್ತಿತ್ತು. ದೂರದಲ್ಲಿ ಯಾರೋ

ತೊಟ್ಟಿ ಮನೆ

ಕೆಲಸ ಮಾಡುತ್ತಿರುವ ಶಬ್ದ ಮಾತ್ರ ಕೇಳಿಸುತ್ತಿತ್ತು. ಮನೆಯೊಳಗೆ ವಿಚಿತ್ರ ಮೌನ. ಅಹಲ್ಯ ನಿಧಾನವಾಗಿ ಎದ್ದು ಕುಳಿತಳು. ನಿನ್ನೆ ರಾತ್ರಿ ನಡೆದ ಘಟನೆಗಳು ಒಂದಾದ ಮೇಲೊಂದು ಅವಳ ಮನಸ್ಸಿನಲ್ಲಿ ಮರುಕಳಿಸಲು ಆರಂಭಿಸಿದವು. ಈ ಬಾರಿ ಮಾತ್ರ ಅವಳು ಭಯದಿಂದ ಯೋಚಿಸುತ್ತಿರಲಿಲ್ಲ. ತಾಳ್ಮೆಯಿಂದ ಪ್ರತಿ ಘಟನೆಯನ್ನು ಒಂದೊಂದಾಗಿ ನೆನಪಿಸಿಕೊಳ್ಳಲು ಶುರುಮಾಡಿದ್ದಳು.

"ಏನೋ ಸರಿ ಇಲ್ಲ..." ಎಂದು ಅವಳು ತನ್ನೊಳಗೆ ಗುನುಗಿದಳು.

ಗುಂಜಿಯ ಮಾತುಗಳು, ತೊಟ್ಟಿ ಮನೆಯೊಳಗಿನ ಘಟನೆ, ಈಶಾ ಏಕಾಏಕಿ ಮೂರ್ಛೆ ಹೋಗಿದ್ದು—ಇವೆಲ್ಲವೂ ಈಗ ಅವಳಿಗೆ ಬೇರೆ ರೀತಿಯಲ್ಲಿ ಕಾಣಲು ಶುರುವಾಗಿತ್ತು.

"ನಿನ್ನೆ ಅವಳ ತಲೆಗೆ ನಿಜವಾಗಿಯೂ ಜೋರಾಗಿ ಪೆಟ್ಟು ಬಿದ್ದಿದ್ದರೆ... ಇವತ್ತು ಹೀಗೆ ಸಹಜವಾಗಿ ಓಡಾಡೋದು ಹೇಗೆ ಸಾಧ್ಯ?"

ಆ ಪ್ರಶ್ನೆ ಅವಳ ಮನಸ್ಸಿನಲ್ಲಿ ಗಟ್ಟಿಯಾಗಿ ಅಂಟಿಕೊಂಡಿತು. ಬೆಳಗ್ಗಿನಿಂದ ಈಶಾಳ ವರ್ತನೆ ಕೂಡ ಅವಳಿಗೆ ವಿಚಿತ್ರವಾಗಿ ಕಾಣಿಸಿತ್ತು. ಒಮ್ಮೆ ಕೂಡ ಭಯಪಟ್ಟಂತೆ ಕಾಣಲಿಲ್ಲ. ಆ ಕಾಗದದ ವಿಷಯವನ್ನೂ ದೊಡ್ಡದಾಗಿ ತೆಗೆದುಕೊಳ್ಳಲಿಲ್ಲ. ಅಹಲ್ಯ ನಿಧಾನವಾಗಿ ಹಾಸಿಗೆಯಿಂದ ಎದ್ದಳು.

ತೊಟ್ಟಿ ಮನೆ

"ನಾವು ಎಲ್ಲರೂ ನಂಬ್ತಾ ಇದ್ದಷ್ಟು ಸರಳ ಹುಡುಗಿ ಈಶ ಅಲ್ಲ ಅನ್ಸುತ್ತೆ..."

ಅವಳು ನಿಧಾನವಾಗಿ ಈಶಾಳ ಕೊಠಡಿಯತ್ತ ನಡೆಯತೊಡಗಿದಳು. ಮನೆಯೊಳಗೆ ಆ ಕ್ಷಣ ಸಂಪೂರ್ಣ ಮೌನ ಆವರಿಸಿತ್ತು. ಮೇಲ್ಮಹಡಿಯ ಮರದ ನೆಲದಲ್ಲಿ ಅವಳ ಹೆಜ್ಜೆಯ ಸಣ್ಣ ಶಬ್ದ ಮಾತ್ರ ಕೇಳಿಸುತ್ತಿತ್ತು. ಈಶಾಳ ಕೊಠಡಿ ಬಾಗಿಲು ಅರ್ಧ ತೆರೆದಿತ್ತು. ಅಹಲ್ಯ ಕ್ಷಣಕಾಲ ನಿಂತಳು. ಒಳಗೆ ಯಾರೂ ಇರಲಿಲ್ಲ. ಅವಳು ನಿಧಾನವಾಗಿ ಒಳಗೆ ಕಾಲಿಟ್ಟಳು.

ಕೊಠಡಿಯೊಳಗೆ ಈಶಾಳ ವಸ್ತುಗಳು ಅಚ್ಚುಕಟ್ಟಾಗಿ ಇಟ್ಟಿದ್ದವು. ಮೇಜಿನ ಮೇಲೆ ಕೆಲವು ಪುಸ್ತಕಗಳು, ನಕ್ಷೆಗಳು, ಲ್ಯಾಪ್‌ಟಾಪ್... ಅದರ ಪಕ್ಕದಲ್ಲಿ ಕೆಲವು ಟಿಪ್ಪಣಿಗಳು. ಅಹಲ್ಯ ದೃಷ್ಟಿ ನೇರವಾಗಿ ಹಾಸಿಗೆಯ ಕೆಳಗೆ ಇಟ್ಟಿದ್ದ ಪೆಟ್ಟಿಗೆಯ ಮೇಲೆ ಬಿತ್ತು.ಅದೇ ಪೆಟ್ಟಿಗೆ. ಈಶಾ ಆಗಾಗ ಅದನ್ನು ಬಹಳ ಜಾಗ್ರತೆಯಿಂದ ನೋಡಿಕೊಳ್ಳುತ್ತಿದ್ದಳು. ಕ್ಷಣಕಾಲ ಅಹಲ್ಯ ಯೋಚಿಸಿದಳು.

"ಇದು ತಪ್ಪು..." ಎಂದು ಮನಸ್ಸು ಹೇಳಿತು.

ಆದರೆ ಕುತೂಹಲ...ಅನುಮಾನ... ಇವು ಎರಡೂ ಸೇರಿ ಅವಳನ್ನು ತಡೆಯಲಿಲ್ಲ. ಅವಳು ನಿಧಾನವಾಗಿ ಪೆಟ್ಟಿಗೆಯನ್ನು ಹೊರಗೆಳೆದಳು. ಕೈ ಸ್ವಲ್ಪ ನಡುಗುತ್ತಿತ್ತು. ಪೆಟ್ಟಿಗೆಯ ಬೀಗ ಹಾಕಿರಲಿಲ್ಲ. ಅಹಲ್ಯ ಅದನ್ನು ತೆರೆದಳು. ಒಳಗೆ

ತೊಟ್ಟಿ ಮನೆ

ಕೆಲವು ಹಳೆಯ ಕಡತಗಳು, ಕಾಗದಗಳು ಮತ್ತು ಫೈಲುಗಳು ಇದ್ದವು. ಮೊದಲಿಗೆ ಅವಳಿಗೆ ಏನೂ ಅರ್ಥವಾಗಲಿಲ್ಲ. ಆದರೆ ಒಂದು ಫೈಲ್ ತೆರೆದು ನೋಡಿದ ಕ್ಷಣ– ಅವಳ ಮುಖದ ಬಣ್ಣವೇ ಬದಲಾಯಿತು. ಅದರ ಮೇಲೆ ಸ್ಪಷ್ಟವಾಗಿ ಬರೆದಿತ್ತು:

"ಅಲೋಲ ಪ್ಯಾಲೆಸ್ – ಆಸ್ತಿ ದಾಖಲೆಗಳು"

ಅಹಲ್ಯ ಬೆಚ್ಚಿಬಿದ್ದಳು.ಅವಳು ತಕ್ಷಣ ಮತ್ತಷ್ಟು ಕಾಗದಗಳನ್ನು ತಿರುಗಿಸಿ ನೋಡಲು ಆರಂಭಿಸಿದಳು. ಅಲ್ಲಿ ಕಾನೂನು ದಾಖಲೆಗಳ ನಕಲುಗಳು ಇದ್ದವು. ಜಾಗದ ಹಕ್ಕುಪತ್ರಗಳ ಪ್ರತಿಗಳು. ಕೆಲವು ಸಹಿಗಳಿರುವ ದಾಖಲೆಗಳು. ಕೆಲವು ಖಾಲಿ ಮುದ್ರಿತ ಪತ್ರಗಳು. ಅಹಲ್ಯ ಉಸಿರು ಗಟ್ಟಿಯಾಗಿ ನಡೆಯತೊಡಗಿತು.

"ಇದೆಲ್ಲಾ... ಈಶಾಳ ಬಳಿ ಯಾಕಿದೆ?"

ಅವಳ ಮನಸ್ಸಿನಲ್ಲಿ ಒಂದೇ ಕ್ಷಣದಲ್ಲಿ ಅನೇಕ ವಿಚಾರಗಳು ಮಿಂಚಿದವು.

ಆಮೇಲೆ ಏಕಾಏಕಿ ನಳಿನಿಯ ಮಾತು ನೆನಪಾಯಿತು.

ಆ ದಿನ ಈಶಾ ಅವಳ ಜೊತೆ ಒಂಟಿಯಾಗಿ ಮಾತನಾಡಿದ್ದದ್ದು ನೆನಪಾಯಿತು. ಸೌರಭ್ ಅನ್ನು ತುರ್ತಾಗಿ ಕರೆಸಿದ್ದೂ ನೆನಪಾಯಿತು. ಅಹಲ್ಯ ಕಣ್ಣು ದೊಡ್ಡದಾಯಿತು.

"ಹಾಗಾದ್ರೆ..."

ಅವಳ ಮನಸ್ಸು ತಕ್ಷಣ ಒಂದು ತೀರ್ಮಾನಕ್ಕೆ ಬಂದಿತು.

"ಈಶಾ ರಾಜವಂಶದವರನ್ನು ಮೋಸ ಮಾಡೋ ಯೋಚನೆ ಮಾಡ್ತಿದ್ದಾಳಾ?"

ಆ ಆಲೋಚನೆ ಬಂದ ಕ್ಷಣ ಅವಳಿಗೆ ಒಳಗೆಲ್ಲಾ ಕೋಪ ತುಂಬಿತು.

"ನಾನು ಅಂದು ಗಮನಿಸಿದ್ದೆ...ನಾವೆಲ್ಲ ಹೊರಗೆ ಇದ್ದಾಗ ಈಶಾ ನಳಿನಿ ಅವರ ಸಹಿ ತೆಗೆದುಕೊಳ್ಳುತ್ತಾ ಇದ್ದಳು..."

ಅಹಲ್ಯ ಮತ್ತೆ ಆ ದಾಖಲೆಗಳನ್ನು ನೋಡಿದಳು. ಈಗ ಅವಳಿಗೆ ಪ್ರತಿಯೊಂದು ಕಾಗದವೂ ಅನುಮಾನಾಸ್ಪದವಾಗಿ ಕಾಣತೊಡಗಿತು.

"ಆ ಸೌರಭ್ ಕೂಡ ಈ ವಿಚಾರಕೆಂದೇ ಬಂದಿರಬೇಕು..."

ಅವಳ ಕೋಪ ಮತ್ತಷ್ಟು ಹೆಚ್ಚಾಯಿತು.

"ನಾವು ಇಲ್ಲಿ ಪ್ರಾಜೆಕ್ಟ್ ಅಂತ ಓಡಾಡ್ತಾ ಇದ್ದೀವಿ... ಆದರೆ ಈಶಾ ಮಾತ್ರ ಇಡೀ ಆಸ್ತಿಯನ್ನು ತನ್ನ ಹೆಸರಿಗೆ ಮಾಡಿಕೊಳ್ಳೋ ಯೋಚನೆ ಮಾಡ್ತಿದ್ದಾಳಾ?"

ಅಹಲ್ಯಗೆ ಈಗ ನಿನ್ನೆ ರಾತ್ರಿ ನಡೆದ ಘಟನೆಯ ಮೇಲೂ ಅನುಮಾನ ಬರತೊಡಗಿತು.

"ನಿನ್ನೆ ಅವಳು ಹೊರಗೆ ಹೋಗಿದ್ದು ಕೂಡ ಸೌರಭ್ ಜೊತೆ ಮಾತಾಡೋಕೆ ಆಗಿರಬಹುದಲ್ಲವಾ..."

"ನಾನು ಬಂದೆ ಅಂತ ತಲೆ ಸುತ್ತು, ಕಾಗದ, ಪೆಟ್ಟು ಅಂತ ಕಥೆ ಹೇಳಿದ್ದಾಳಾ? ಆ ಗುಂಜಿ ಜೊತೆ ಸೇರಿ ನಾಟಕ ಮಾಡ್ತಿದ್ದಾಳ ?.."

ಅವಳ ಕೈಯಲ್ಲಿದ್ದ ದಾಖಲೆಗಳು ಸ್ವಲ್ಪ ನಡುಗಿದವು.

"ಛೇ... ಇಷ್ಟು ದಿನ ನಾವು ಯಾರನ್ನ ನಂಬಿದ್ದೀವಿ?"

ಅಹಲ್ಯ ನಿಧಾನವಾಗಿ ಪೆಟ್ಟಿಗೆಯನ್ನು ಮುಚ್ಚಿದಳು. ಆದರೆ ಈಗ ಅವಳ ಮನಸ್ಸಿನಲ್ಲಿ ಭಯ ಇರಲಿಲ್ಲ. ಅದಕ್ಕೆ ಬದಲು ಕೋಪ, ಅನುಮಾನ ಮತ್ತು

ತೊಟ್ಟಿ ಮನೆ

ಮೋಸಹೋದ ಭಾವನೆ ತುಂಬಿಕೊಂಡಿತ್ತು. ಅವಳು ಕ್ಷಣಕಾಲ ಕನ್ನಡಿಯ ಮುಂದೆ ನಿಂತಳು. ಮುಖದಲ್ಲಿ ಸ್ಪಷ್ಟ ಅಸಮಾಧಾನ ಕಾಣಿಸುತ್ತಿತ್ತು.

"ಅವಳು ಬರಲಿ..." ಎಂದು ಹಲ್ಲು ಕಚ್ಚಿಕೊಂಡು ಗುನುಗಿದಳು. "ಇವತ್ತು ಎಲ್ಲ ಸತ್ಯ ಬಾಯಿ ಬಿಡಿಸ್ತೀನಿ."

ಅವಳು ತಕ್ಷಣ ಕೊಠಡಿಯಿಂದ ಹೊರಬಂದಳು. ಮೊದಲ ಮಹಡಿಯ ಮೆಟ್ಟಿಲು ಇಳಿಯುತ್ತಾ ಅವಳ ಮನಸ್ಸಿನಲ್ಲಿ ಒಂದೇ ವಿಚಾರ ಓಡುತ್ತಿತ್ತು–

"ಈಶಾಳ ನಿಜವಾದ ಉದ್ದೇಶ ಏನು?"

ಕೆಳಗಡೆ ಬಂದಾಗ ರಾಮಪ್ಪ ಮನೆಯ ಹಾಲ್‌ನಲ್ಲಿ ಕುಳಿತು ಪತ್ರಿಕೆ ಓದುತ್ತಿದ್ದರು. ಅಹಲ್ಯ ಮುಖ ನೋಡಿ ಅವರು ಕಳವಳದಿಂದ ಕೇಳಿದರು–

"ಏನಮ್ಮಾ? ಆರೋಗ್ಯ ಸರಿಯಿಲ್ಲವಾ?"

ಅಹಲ್ಯ ತಕ್ಷಣ ತನ್ನ ಭಾವನೆ ಮರೆಮಾಡಿಕೊಂಡಳು.

"ಇಲ್ಲ ತಾತ... ಸ್ವಲ್ಪ ತಲೆನೋವು."

ರಾಮಪ್ಪ ತಲೆಯಾಡಿಸಿದರು.

ತೊಟ್ಟಿ ಮನೆ

"ಅತಿ ಯೋಚನೆ ಮಾಡ್ಬೇಡಮ್ಮ. ಈ ಊರು ಹೊರಗೆ ಕಾಣೋಷ್ಟೇ ಸರಳ ಅಲ್ಲ..."

ಈಶಾ, ನೀರಾ ಮತ್ತು ಆದ್ಯಂತ್ ಔಷಧಿಗಳನ್ನು ತೆಗೆದುಕೊಂಡು ರಾಮಪ್ಪನ ಮನೆಗೆ ಮರಳುವಷ್ಟರಲ್ಲಿ ಮನೆಯೊಳಗೆ ಒಂದು ವಿಚಿತ್ರ ಮೌನ ಆವರಿಸಿತ್ತು. ಹೊರಗೆ ಮಧ್ಯಾಹ್ನದ ಬೆಳಕು ಚೆನ್ನಾಗಿದ್ದರೂ, ಮನೆಯ ಒಳಗಡೆ ಮಾತ್ರ ಏನೋ ಕಾಣದ ಒತ್ತಡ ಹರಡಿಕೊಂಡಂತೆ ಭಾಸವಾಗುತ್ತಿತ್ತು.

ಅಹಲ್ಯ ಹಾಲ್‌ನ ಮಧ್ಯದಲ್ಲಿ ನಿಂತೇ ಅವರಿಗಾಗಿ ಕಾಯುತ್ತಿದ್ದರು. ಅವಳ ಮುಖದಲ್ಲಿ ಸ್ಪಷ್ಟ ಕೋಪ ಕಾಣಿಸುತ್ತಿತ್ತು. ಕಣ್ಣುಗಳಲ್ಲಿ ಬೇಸರ, ಅನುಮಾನ ಮತ್ತು ಅಸಹನೆ ಎಲ್ಲವೂ ಬೆರೆತುಹೋಗಿದ್ದವು.

ನೀರಾ ಕೈಯಲ್ಲಿದ್ದ ಮಾತ್ರೆಗಳ ಕವರನ್ನು ಮುಂದಕ್ಕೆ ಚಾಚಿ, "ಅಹಲ್ಯಾ, ಮೊದಲು ಇವು ತೆಗೆದುಕೊಂಡು ಸ್ವಲ್ಪ ಆರಾಮ ಮಾಡು," ಎಂದಳು.

ಆದರೆ ಅಹಲ್ಯ ತಕ್ಷಣವೇ ತಲೆಯಾಡಿಸಿದಳು.

"ನನಗೆ ಯಾವ ಮಾತ್ರೆಗಳೂ ಬೇಡ," ಎಂದು ಗಟ್ಟಿಯಾಗಿ ಹೇಳಿದಳು.

ಅವಳ ದೃಷ್ಟಿ ನೇರವಾಗಿ ಈಶಾಳ ಮೇಲೆ ನೆಟ್ಟಿತು.

ತೊಟ್ಟಿ ಮನೆ

"ಈಶಾ... ನಿನ್ನ ಜೊತೆ ಮಾತಾಡಬೇಕಿದೆ. ಬಾ."

ಆ ಧ್ವನಿಯಲ್ಲಿದ್ದ ಗಂಭೀರತೆ ಕೇಳಿ ಆದ್ಯಂತ್ ಮತ್ತು ನೀರಾ ಒಬ್ಬರನ್ನೊಬ್ಬರು ನೋಡಿಕೊಂಡರು.

ಈಶಾ ಮಾತ್ರ ಹೆಚ್ಚು ಯೋಚಿಸದೆ,

"ಸರಿ... ಬಾ. ಏನಿದೆ ಕೇಳು," ಎಂದು ಶಾಂತವಾಗಿ ಹೇಳಿದಳು.

ಅಹಲ್ಯ ತಿರುಗಿ ಮೇಲ್ಮಹಡಿಯ ಕಡೆ ನಡೆದುಹೋದಳು. ಈಶಾ ಕೂಡ ಅವಳ ಹಿಂದೆ ಹೋದಳು.

ಕೊಠಡಿಯೊಳಗೆ ಕಾಲಿಟ್ಟ ತಕ್ಷಣ ಅಹಲ್ಯ ಬಾಗಿಲು ಮುಚ್ಚಿದಳು. ಆ ಸಣ್ಣ ಶಬ್ದವೇ ಕೊಠಡಿಯ ಮೌನವನ್ನು ಮತ್ತಷ್ಟು ಗಂಭೀರಗೊಳಿಸಿತು.

ಕೆಲವು ಕ್ಷಣ ಯಾರೂ ಮಾತಾಡಲಿಲ್ಲ.

ಅಹಲ್ಯ ನಿಧಾನವಾಗಿ ತಿರುಗಿ ಈಶಾಳತ್ತ ನೋಡಿದಳು.

"ನೀನು ನಮ್ಮಿಂದ ಏನನ್ನೋ ಮುಚ್ಚಿಟ್ಟಿದ್ದೀಯ," ಎಂದಳು ನೇರವಾಗಿ.

ತೊಟ್ಟಿ ಮನೆ

ಈಶಾ ಭ್ರೂ ಕುಂಚಿಸಿ,

“ಏನು ಅಂದ್ರೆ?” ಎಂದು ಕೇಳಿದಳು.

ಅಹಲ್ಯ ಇನ್ನಷ್ಟು ತಾಳ್ಮೆ ಕಳೆದುಕೊಂಡಳು.

“ನನ್ನನ್ನು ಮೂರ್ಖ ಅಂದುಕೊಂಡಿದ್ಯಾ? ನಿನ್ನ ಪೆಟ್ಟಿಗೆಯಲ್ಲಿ ಇದ್ದ ದಾಖಲೆಗಳನ್ನ ನಾನು ನೋಡಿದ್ದೀನಿ. ಅಲೋಲ ಪ್ಯಾಲೆಸ್ ಪೇಪರ್ಸ್ ಯಾಕೆ ನಿನ್ನ ಹತ್ತಿರ ಇವೆ? ಸೌರಭ್ ಯಾಕೆ ಬಂದಿದ್ದಾನೆ? ನಳಿನಿ ಅವರ ಸಹಿ ಯಾಕೆ ತೆಗೆದುಕೊಂಡೆ? ಇವೆಲ್ಲ ಏನು?”

ಅವಳ ಧ್ವನಿ ಕ್ಷಣಕ್ಷಣಕ್ಕೂ ಗಟ್ಟಿಯಾಗುತ್ತಿತ್ತು.

“ನಾವು ಇಲ್ಲಿ ಪ್ರಾಜೆಕ್ಟ್ ಮಾಡೋಕೆ ಬಂದಿದ್ದೀವಿ ಅಂದುಕೊಂಡಿದ್ದೀವಿ. ಆದರೆ ನೀನು ಇಡೀ ಆಸ್ತಿಯನ್ನು ನಿನ್ನ ಹೆಸರಿಗೆ ಮಾಡಿಸಿಕೊಳ್ಳೋ ಯೋಚನೆ ಮಾಡ್ತಾ ಇದ್ದೀಯಾ?”

ಈಶಾ ಕೆಲ ಕ್ಷಣ ಮೌನವಾಗಿ ನಿಂತಳು.

ನಂತರ ಏಕಾಏಕಿ ಜೋರಾಗಿ ನಕ್ಕಳು.

ತೊಟ್ಟಿ ಮನೆ

ಆ ನಗು ಅಹಲ್ಯಗೆ ಇನ್ನಷ್ಟು ಕೋಪ ತಂದಿತು.

“ಏನಮ್ಮಾ! ಈಗ ನನ್ನನ್ನೇ ಕೇಡಿ ಮಾಡಿಬಿಟ್ಟೆಯಾ?” ಎಂದು ಈಶಾ ನಗುತ್ತಲೇ ಕೇಳಿದಳು.

“ಅಲ್ಲಿಯ ನಳಿನಿ ಹತ್ತಿರ ನಾನು ಸಹಿ ತೆಗೆದುಕೊಂಡಿದ್ದು, ನಾವು ಹಣ ತೆಗೆದುಕೊಂಡು ಬಂದಾಗ ಕೀಲಿಯನ್ನು ಕೊಡ್ತೀವಿ ಅಂತ ಒಂದು ಸರಳ ಒಪ್ಪಂದ ಪತ್ರಕ್ಕೆ ಅಷ್ಟೇ. ಅದರಲ್ಲಿ ಬೇರೆ ಏನೂ ಇಲ್ಲ.”

ಅವಳು ನಿಧಾನವಾಗಿ ತನ್ನ ಪೆಟ್ಟಿಗೆಯನ್ನು ಎಳೆದು ತೆರೆದಳು.

“ನಿನಗೆ ಇನ್ನೂ ಅನುಮಾನ ಇದ್ದರೆ ನೀನೇ ನೋಡು.”

ಅಹಲ್ಯ ತಕ್ಷಣ ಮುಂದೆ ಬಂದು ಮತ್ತೆ ಪೆಟ್ಟಿಗೆಯೊಳಗೆ ಹುಡುಕಲು ಶುರುಮಾಡಿದಳು.ಒಂದು ಫೈಲ್...ಕೆಲವು ಬಟ್ಟೆಗಳು...ಹಳೆಯ ನಕ್ಷೆಗಳು...ಕೆಲವು ಟಿಪ್ಪಣಿಗಳು...ಆದರೆ—ಈ ಬಾರಿ ಅಲೋಲ ಪ್ಯಾಲೆಸ್‌ಗೆ ಸಂಬಂಧಿಸಿದ ಯಾವ ದಾಖಲೆಗಳೂ ಅಲ್ಲಿ ಇರಲಿಲ್ಲ.

ಅಹಲ್ಯ ಕ್ಷಣಕಾಲ ಗಾಬರಿಯಾದಳು. “ಇಲ್ಲೇ ಇತ್ತು...” ಎಂದು ಮನಸ್ಸಿನೊಳಗೆ ಯೋಚಿಸಿದಳು.

ಈಶಾ ಅವಳ ಮುಖದ ಬದಲಾವಣೆ ಗಮನಿಸಿ ಸಣ್ಣ ನಗು ಮಾಡಿದಳು.

"ಸಾಕಾ? ಈಗ ನಂಬಿಕೆ ಬಂತಾ?" ಎಂದು ಕೇಳಿದಳು.

ಅಹಲ್ಯ ತಕ್ಷಣ ಉತ್ತರಿಸಲಿಲ್ಲ.

ಅವಳಿಗೆ ತಾನೇ ಕಂಡದ್ದು ನಿಜವೋ, ಅಥವಾ ಜ್ವರದ ಗಾಬರಿಯೋ ಎಂಬ ಗೊಂದಲ ಶುರುವಾಯಿತು.

ಈಶಾ ಮಾತ್ರ ಈ ಬಾರಿ ಸ್ವಲ್ಪ ಗಂಭೀರವಾಗಿ ಮಾತನಾಡಿದಳು.

"ಮತ್ತೆ ಸೌರಭ್ ಬಗ್ಗೆ ಏನು ಹೇಳಿದೆ?"

ಅಹಲ್ಯ ಮೌನವಾಗಿದ್ದಳು.

"ಸೌರಭ್ ನನ್ನ ಸ್ನೇಹಿತ ಮಾತ್ರ ಅಲ್ಲ," ಎಂದು ಈಶಾ ನಿಧಾನವಾಗಿ ಹೇಳಿದಳು.

"ಅವನು ಒಳ್ಳೆ ಲಾಯರ್. ನಾವು ಯಾರನ್ನೂ ಮೋಸ ಮಾಡ್ಬಾರದು ಅಂತ ಅವನನ್ನು ಕರೆಸಿದ್ದೀನಿ. ಇಲ್ಲಿನ ಜಾಗದ ವಿಚಾರ ತುಂಬ ಗೊಂದಲ ಇದೆ. ಮುಂದೆ ನಮಗೇ ಸಮಸ್ಯೆ ಬರಬಾರದು ಅಂದ್ರೆ ಲೀಗಲ್ ಆಗಿ ಎಲ್ಲ ನೋಡ್ಬೇಕು."

ತೊಟ್ಟಿ ಮನೆ

ಅವಳು ಕ್ಷಣಕಾಲ ನಿಂತು ಅಹಲ್ಯ ಕಣ್ಣಲ್ಲಿ ಕಣ್ಣಿಟ್ಟು ಹೇಳಿದಳು–

"ನೀನು ಯಾರನ್ನಾದ್ರೂ ಅನುಮಾನ ಮಾಡಬಹುದು... ಆದರೆ ಸೌರಭ್ ಬಗ್ಗೆ ತಪ್ಪಾಗಿ ಅಂದುಕೊಳ್ಳಬೇಡ. ಅವನು ಅಂಥವನು ಅಲ್ಲ."

ಆ ಮಾತಿನಲ್ಲಿ ಒಂದು ರೀತಿಯ ನಂಬಿಕೆ ಇತ್ತು.

ಅಹಲ್ಯ ಸ್ವಲ್ಪ ಶಾಂತಳಾದಳು.

ಆದರೂ ಅವಳ ಮನಸ್ಸಿನೊಳಗಿನ ಅನುಮಾನ ಸಂಪೂರ್ಣ ಮಾಯವಾಗಿರಲಿಲ್ಲ.

"ಸರಿ... ಬಿಡು," ಎಂದು ನಿಧಾನವಾಗಿ ಹೇಳಿದಳು.
"ಆ ತೊಟ್ಟಿ ಮನೆಯ ವಿಷಯ ಏನಾಯ್ತು?"

ಈಶಾ ಕುರ್ಚಿಯಲ್ಲಿ ಕುಳಿತುಕೊಂಡು ಉತ್ತರಿಸಿದಳು.

"ಯಾರೋ ರಾಜೇಶ್ ಶರ್ಮಾ ಅಂತ ಒಬ್ಬ ವೃದ್ಧ ಬಂದಿದ್ದಾರಂತೆ. ಅವರಿಗೆ ಈ ಜಾಗ ಇಷ್ಟ ಆಗಿದೆಯಂತೆ. ತೊಟ್ಟಿ ಮನೆಯನ್ನು ಕೆಡವಿ ಹೊಸ ಮನೆ

ಕಟ್ಟೋ ಯೋಚನೆ ಮಾಡಿದ್ದಾರೆ. ಸಂಜೆ ಸಿದ್ಧಪ್ಪ ಅವರನ್ನು ಕರೆದುಕೊಂಡು ಬರುತ್ತಾರೆ."

"ಹೌದಾ..." ಎಂದು ಅಹಲ್ಯ ನಿಧಾನವಾಗಿ ಹೇಳಿದಳು.

ಅವಳು ಕೊನೆಗೂ ಮಾತ್ರೆಯನ್ನು ತೆಗೆದುಕೊಂಡು ನೀರಿನ ಜೊತೆ ನುಂಗಿದಳು.

ಇಬ್ಬರೂ ಕೆಳಗೆ ಹೋಗಲು ಹೊರಟರು.

ಮೇಲ್ಮಹಡಿಯ ದಾರಿಯಲ್ಲಿ ನಡೆಯುತ್ತಿದ್ದಾಗ ಏಕಾಏಕಿ ರಾಮಪ್ಪನ ಕೊಠಡಿಯೊಳಗಿಂದ ಏನೋ ಅಸ್ಪಷ್ಟ ಧ್ವನಿ ಕೇಳಿಸಿತು.

ಇಬ್ಬರೂ ನಿಂತರು.

ಮನೆಯೊಳಗೆ ಆ ಕ್ಷಣ ಸಂಪೂರ್ಣ ನಿಶ್ಯಬ್ದವಿತ್ತು.

ಅಹಲ್ಯ ನಿಧಾನವಾಗಿ ಈಶಾಳತ್ತ ನೋಡಿದಳು.

"ಕೇಳಿಸ್ತಾ ಇದ್ಯಾ?" ಎಂದು ಪಿಸುಗುಟ್ಟಿದಳು.

ಈಶಾ ಮಾತಾಡದೆ ತಲೆಯಾಡಿಸಿದಳು.

ತೊಟ್ಟಿ ಮನೆ

ಅವರು ನಿಧಾನವಾಗಿ ಬಾಗಿಲಿನ ಹತ್ತಿರ ಹೋದರು.

ಒಳಗಿಂದ ಯಾರೋ ತುಂಬ ನಿಧಾನವಾಗಿ ಮಾತಾಡುತ್ತಿರುವಂತೆ ಕೇಳಿಸುತ್ತಿತ್ತು.

ಅಹಲ್ಯ ಬಾಗಿಲಿಗೆ ಕಿವಿ ಒತ್ತಿದಳು.

ಕೆಲವು ಪದಗಳು ಮಾತ್ರ ಸ್ಪಷ್ಟವಾಗಿ ಕೇಳಿದವು–

"ನಿನ್ನೊಳ್... ಉಸುರಂ... ಸುಟ್ಟು..."

ಆ ಮಾತು ಕೇಳಿದ ಕ್ಷಣ ಇಬ್ಬರ ಮುಖದ ಬಣ್ಣವೇ ಬದಲಾಗಿದೆ.

ಅದೇ ಸಾಲು.

ನಿನ್ನೆ ರಾತ್ರಿ ಕಾಗದದಲ್ಲಿ ಬರೆದಿದ್ದ ಅದೇ ಮಾತು.

ಈಶಾಳ ಹೃದಯದ ಬಡಿತ ವೇಗವಾಯಿತು.

ಇನ್ನೇನು ಬಾಗಿಲು ತೆರೆಯಬೇಕೆಂದು ಇಬ್ಬರೂ ನಿರ್ಧರಿಸುತ್ತಿದ್ದಷ್ಟರಲ್ಲಿ ಕೆಳಗಿಂದ ನೀರಾ ಜೋರಾಗಿ ಕರೆದಳು–

ತೊಟ್ಟಿ ಮನೆ

"ಏಯ್! ನೀವಿಬ್ಬರೂ ಬೇಗ ಬನ್ನಿ! ಊಟ ಮಾಡಿ ರಾಜೇಶ್ ಶರ್ಮಾ ಬರೋವರೆಗೆ ಕಾಯೋಣ!"

ಇಬ್ಬರೂ ತಕ್ಷಣ ಎಚ್ಚರಗೊಂಡರು.

ಈಶಾ ಮತ್ತೆ ಒಂದು ಸಲ ರಾಮಪ್ಪನ ಬಾಗಿಲಿನತ್ತ ನೋಡಿದಳು. ಒಳಗಿಂದ ಈಗ ಯಾವ ಶಬ್ದವೂ ಬರುತ್ತಿರಲಿಲ್ಲ.

ಅವರು ಕೆಳಗೆ ಬಂದರು.

ಆದ್ಯಂತ್ ಮತ್ತು ನೀರಾ ಸಿಂಕ್ ಹತ್ತಿರ ಕೈ ತೊಳೆಯುತ್ತಿದ್ದರು.

ಆ ಸಮಯದಲ್ಲಿ ನೀರಾ ನಿಧಾನವಾಗಿ ಕೇಳಿದಳು–
"ಈ ಈಶಾ ಇಷ್ಟು ತಡ ಯಾಕೆ ಮಾಡ್ತಿದ್ದಾಳೆ? ಇವಳಿಗೆ ನಮ್ಮ ಟೆನ್ಷನ್ ಅರ್ಥ ಆಗ್ತಾ ಇಲ್ವಾ?"

ಆದ್ಯಂತ್ ನಿಧಾನವಾಗಿ ಉತ್ತರಿಸಿದನು–
" ಹಂ.. ತೊಟ್ಟಿಮನೆ ಪೇಪರ್ ತಂದಿದ್ದೀನಿ ... ಮೊದಲು ಈ ಕೆಲಸ ಮುಗಿಯೋದು ಮುಖ್ಯ."ನೀರ "ಆ ಲಾಯರ್ ಕೆಲಸ ಮುಗಿತಲ್ವಾ ಪೇಪರ್ ತಂದು ಒಳ್ಳೇದ್ ಮಾಡ್ದೆ ಈಶಾಳ ಕೆಲಸಾನು ಸುಲಭ ಆಯ್ತು ". ಎಂದಳು

ತೊಟ್ಟಿ ಮನೆ

ಅಷ್ಟರಲ್ಲಿ ಕೆಲಸದವಳು ಮೇಲಕ್ಕೆ ನೋಡಿ ಜೋರಾಗಿ ಕೂಗಿದಳು–

“ರಾಮಪ್ಪ ಸಾರ್! ಊಟ ರೆಡಿ ಆಗಿದೆ!”

ಕೆಲವು ಕ್ಷಣಗಳ ಬಳಿಕ ಮೇಲಿನಿಂದ ರಾಮಪ್ಪನ ಧ್ವನಿ ಕೇಳಿಸಿತು.

“ಇವತ್ತು ನನಗೆ ಊಟ ಬೇಡ... ಕೆಳಗಿರುವವರಿಗೆ ಸಾಕು.”

ಆ ಮಾತು ಕೇಳಿ ಕೆಲಸದವಳು ಆಶ್ಚರ್ಯದಿಂದ ಹೇಳಿದಳು–

“ಅಯ್ಯೋ... ಸಾರ್ ಯಾವತ್ತೂ ಸಮಯಕ್ಕೆ ಊಟ ಮಾಡ್ತಾರೆ. ಇವತ್ತು ಏನಾಯ್ತು?”

ಆದರೆ ಯಾರೂ ಅದನ್ನು ಹೆಚ್ಚು ಗಮನಿಸಲಿಲ್ಲ. ಯಾಕೆಂದರೆ ರಾಮಪ್ಪನ ಬಗ್ಗೆ ಅವರಿಗೆ ಇನ್ನೂ ತುಂಬ ತಿಳಿದಿರಲಿಲ್ಲ.

ಎಲ್ಲರೂ ಊಟಕ್ಕೆ ಕೂತರು. ಆದರೆ ಈ ಬಾರಿ ಊಟದ ಸುವಾಸನೆಗಿಂತ, ಮನೆಯೊಳಗಿನ ಮೌನವೇ ಹೆಚ್ಚು ಸ್ಪಷ್ಟವಾಗಿತ್ತು.

ಪ್ರತಿಯೊಬ್ಬರೂ ಹೊರಗೆ ಸಹಜವಾಗಿ ವರ್ತಿಸುತ್ತಿದ್ದರೂ, ಅವರೊಳಗೆ ಬೇರೆ ಬೇರೆ ಯೋಚನೆಗಳು ಓಡಾಡುತ್ತಿದವು.

ತೊಟ್ಟಿ ಮನೆ

ಅಹಲ್ಯ – ತನ್ನ ಅನುಮಾನಗಳ ಬಗ್ಗೆ.

ಈಶಾ – ರಾಮಪ್ಪನ ಬಗ್ಗೆ.

ನೀರಾ ಮತ್ತು ಆದ್ಯಂತ್ – ಯಾವುದು ಅರಿಯದ ಗೊಂದಲದ ಬಗ್ಗೆ , ಮತ್ತು...

ಮೇಲ್ಮಹಡಿಯ ಆ ಮುಚ್ಚಿದ ಕೊಠಡಿಯೊಳಗೆ ನಿಜವಾಗಿಯೂ ಏನಾಗುತ್ತಿತ್ತು ಎಂಬ ಪ್ರಶ್ನೆ ಮಾತ್ರ ಇನ್ನೂ ಉತ್ತರ ಸಿಗದೆ ಉಳಿದಿತ್ತು.

ಕೆಲ ಸಮಯದ ನಂತರ ಸಿದ್ದಪ್ಪ ರಾಜೇಶ್ ಶರ್ಮಾರನ್ನು ಕರೆದುಕೊಂಡು ರಾಮಪ್ಪನ ಮನೆಗೆ ಬಂದನು. ಆ ಹೊತ್ತಿಗೆ ಸಂಜೆ ನಿಧಾನವಾಗಿ ಕತ್ತಲೆಯೊಳಗೆ ಜಾರುತ್ತಿತ್ತು. ಹೊರಗೆ ಮೋಡಗಳು ಮತ್ತಷ್ಟು ದಟ್ಟವಾಗಿದ್ದವು. ತೊಟ್ಟಿ ಮನೆಯ ದಿಕ್ಕಿನಿಂದ ಬೀಸುತ್ತಿದ್ದ ಗಾಳಿ ಮನೆಯ ಕಿಟಕಿಗಳನ್ನು ಮೆಲ್ಲಗೆ ಅಲುಗಾಡಿಸುತ್ತಿತ್ತು.

ಹಾಲ್‌ನಲ್ಲಿ ಕುಳಿತಿದ್ದ ನೀರಾ ಮತ್ತು ಆದ್ಯಂತ್ ಅವರನ್ನು ಗೌರವದಿಂದ ಸ್ವಾಗತಿಸಿದರು. ಈಶಾ ಮಾತ್ರ ರಾಜೇಶ್ ಶರ್ಮಾರನ್ನು ಮೊದಲಿನಿಂದಲೇ ಸೂಕ್ಷ್ಮವಾಗಿ ಗಮನಿಸುತ್ತಿದ್ದಳು.

ರಾಜೇಶ್ ಶರ್ಮಾ ಸುಮಾರು ಅರವತ್ತರ ವಯಸ್ಸಿನವನಾಗಿದ್ದ. ದುಬಾರಿ ಬಟ್ಟೆ, ಹೊಳೆಯುವ ಗಡಿಯಾರ, ನಿಖರವಾಗಿ ಸವರಿದ ಕೂದಲು–ಎಲ್ಲವೂ ಅವನ

ಶ್ರೀಮಂತಿಕೆಯನ್ನು ತೋರಿಸುತ್ತಿದ್ದವು. ಆದರೆ ಅವನ ಕಣ್ಣುಗಳಲ್ಲಿ ಮಾತ್ರ ಏನೋ ವಿಚಿತ್ರ ಅಶಾಂತಿ ಇತ್ತು. ಅವನು ಮನೆಯೊಳಗೆ ಕಾಲಿಟ್ಟ ಕ್ಷಣದಿಂದಲೇ ಸುತ್ತಮುತ್ತ ಎಲ್ಲವನ್ನೂ ಗಮನಿಸುತ್ತಿದ್ದ.

ಕುಳಿತ ತಕ್ಷಣವೇ ಆತ ಮಾತು ಆರಂಭಿಸಿದನು.

"ನೋಡಮ್ಮ," ಎಂದು ಈಶಾಳತ್ತ ನೋಡಿ ಹೇಳಿದನು,
"ನನ್ನ ಮಕ್ಕಳು ವಿದೇಶದಲ್ಲಿದ್ದಾರೆ. ಈ ಜಾಗದ ಎಲ್ಲಾ ಲೀಗಲ್ ಪ್ರೊಸೀಜರ್ ಬೇಗ ಮುಗಿದರೆ ಅವರು ಹಣ ಕಳಿಸುತ್ತಾರೆ. ನಾನು ಇಲ್ಲೇ ಒಂದು ದೊಡ್ಡ ಬಂಗಲೆ ಕಟ್ಟಬೇಕು ಅಂತ ಬಹಳ ದಿನದ ಆಸೆ ಇಟ್ಟುಕೊಂಡಿದ್ದೇನೆ."

ಅವನು ಕಿಟಕಿಯಾಚೆ ಕಾಣುತ್ತಿದ್ದ ತೊಟ್ಟಿ ಮನೆಯತ್ತ ಕ್ಷಣಕಾಲ ನೋಡಿದನು.

"ಈ ಜಾಗದಲ್ಲಿ ಏನೋ ವಿಚಿತ್ರ ಆಕರ್ಷಣೆ ಇದೆ," ಎಂದು ನಿಧಾನವಾಗಿ ಗುನುಗಿದನು.
"ಹಳೆಯ ಜಾಗಗಳಿಗೆ ಒಂದು ಕಥೆ ಇರುತ್ತದೆ… ಒಂದು ಇತಿಹಾಸ ಇರುತ್ತದೆ…"

ಆ ಮಾತು ಕೇಳಿ ಅಹಲ್ಯ ಮುಖ ಎತ್ತಿ ಅವನತ್ತ ನೋಡಿದಳು.

ಈಶಾ ತಕ್ಷಣ ವಿಷಯಕ್ಕೆ ಬಂದು,

"ನಮ್ಮ ಲಾಯರ್ ಸೌರಭ್ ಎಲ್ಲ ನೋಡಿಕೊಳ್ಳುತ್ತಾರೆ ಸರ್. ಇವತ್ತೇ ಅವರಿಗೆ ಹೇಳಿ ಪೇಪರ್ಸ್ ರೆಡಿ ಮಾಡಿಸುತ್ತೇನೆ. ನೀವು ಇವತ್ತೇ ಸಹಿ ಮಾಡಿದರೆ ಕೆಲಸ ಬೇಗ ಮುಗಿಯುತ್ತದೆ," ಎಂದಳು.

ಆ ಮಾತು ಕೇಳಿದ ಕ್ಷಣ ರಾಜೇಶ್ ಶರ್ಮಾರ ಮುಖದಲ್ಲಿ ಸಣ್ಣ ಬದಲಾವಣೆ ಕಾಣಿಸಿತು.

"ಇವತ್ತು?" ಎಂದು ಅವನು ನಿಧಾನವಾಗಿ ಕೇಳಿದನು.

ಅವನು ಸುತ್ತಲೂ ಒಮ್ಮೆ ನೋಡಿದನು. ಹಾಲ್‌ನಲ್ಲಿದ್ದ ಪ್ರತಿಯೊಬ್ಬರ ಮುಖವನ್ನು ಗಮನಿಸಿದ ನಂತರ ತಕ್ಷಣ ತಲೆ ಆಡಿಸಿದನು.

"ಬೇಡ... ಇವತ್ತು ಬೇಡ."

ಅವನ ಧ್ವನಿ ಈ ಬಾರಿ ಗಟ್ಟಿಯಾಗಿತ್ತು.

"ಇವತ್ತು ದಿನ ಸರಿ ಇಲ್ಲ," ಎಂದು ಹೇಳಿ ಕ್ಷಣಕಾಲ ನಿಂತನು. ಏನೋ ಇನ್ನಷ್ಟು ಹೇಳಲು ಹೋಗಿ ತನ್ನನ್ನೇ ತಡೆಯಿಕೊಂಡಂತೆ ಕಂಡನು.

ನಂತರ ಬಲವಂತದ ನಗುವೊಂದನ್ನು ಮೂಡಿಸಿಕೊಂಡು ಮುಂದುವರಿಸಿದನು.

"ನಾಳೆ ಮಹಾಶಿವರಾತ್ರಿ ಅಂತೆ. ಶಿವಮೊಗ್ಗದಲ್ಲಿ ಈ ಸಮಯದಲ್ಲಿ ಅನೇಕ ಸಾಂಸ್ಕೃತಿಕ ಕಾರ್ಯಕ್ರಮಗಳು ನಡೆಯುತ್ತವೆ ಅಂತ ಕೇಳಿದ್ದೇನೆ. ವಿಶೇಷವಾಗಿ ಮೋಹಿನಿಯಾಟದ ಪ್ರದರ್ಶನಗಳು..."

ನೀರಾ ಕುತೂಹಲದಿಂದ ಕೇಳಿದಳು.

"ಮೋಹಿನಿಯಾಟ?"

ರಾಜೇಶ್ ಶರ್ಮಾ ತಕ್ಷಣ ತಲೆಯಾಡಿಸಿದನು.

"ಹೌದು. ಅದು ಕೇರಳದ ಪ್ರಸಿದ್ಧ ಶಾಸ್ತ್ರೀಯ ನೃತ್ಯ. ಭರತನಾಟ್ಯದಂತೆ ಭಾವ, ಹಾವಭಾವಗಳಿಗೆ ಮಹತ್ವ ಕೊಡುವ ನೃತ್ಯಶೈಲಿ. ಶಿವರಾತ್ರಿಯ ಸಮಯದಲ್ಲಿ ಇಂತಹ ಕಾರ್ಯಕ್ರಮಗಳಿಗೆ ಬೇರೆ ರೀತಿಯ ವಾತಾವರಣ ಇರುತ್ತದೆ. ನನಗೆ ಆಚಾರ-ವಿಚಾರ, ಶುಭ ಸಮಯ ಇವೆಲ್ಲ ತುಂಬ ಮುಖ್ಯ."

ಅವನು ಮುಂದೆ ಬಾಗಿ ಗಂಭೀರವಾಗಿ ಹೇಳಿದನು–

ತೊಟ್ಟಿ ಮನೆ

"ಎಲ್ಲಾ ಕಡೆಯಿಂದ ನೋಡಿದರೂ ನಾಳೆ ಒಳ್ಳೆಯ ದಿನ. ನಾಳೆ ರಾತ್ರಿ ಪೇಪರ್ಸ್ ರೆಡಿ ಇರಲಿ. ನಿಮ್ಮ ಲಾಯರ್ ಸೌರಭ್‌ಗೆ ಹೇಳಿಬಿಡಿ."

ಅವನ ಮಾತಿನಲ್ಲಿ ಏನೋ ವಿಚಿತ್ರ ಒತ್ತಡ ಇತ್ತು.

ನೀರಾ ಮತ್ತು ಆದ್ಯಂತ್ ಮಾತ್ರ ಖುಷಿಯಿಂದ ಒಬ್ಬರ ಮುಖವನ್ನು ಒಬ್ಬರು ನೋಡಿಕೊಂಡರು. ಕೆಲಸ ಬೇಗ ಮುಗಿಯುವ ಲಕ್ಷಣ ಕಂಡು ಅವರಿಗೆ ನೆಮ್ಮದಿ ಆಯಿತು.

ಆದರೆ ಈಶಾ ಮತ್ತು ಅಹಲ್ಯ ಇಬ್ಬರಿಗೂ ಅವನ ಮಾತುಗಳಲ್ಲಿ ಏನೋ ಗೊಂದಲದ ಸುಳಿವು ಕಂಡಿತು.

ಅಹಲ್ಯ ನಿಧಾನವಾಗಿ ಈಶಾಳ ಹತ್ತಿರ ಬಂದು ಕಿವಿಯಲ್ಲಿ ಪಿಸುಗುಟ್ಟಿದಳು–

"ನನಗ್ಯಾಕೋ ಈ ಮನುಷ್ಯನ ಮೇಲೆ ಅನುಮಾನ ಬರುತ್ತಿದೆ. ಈ ಗುಂಜಿ ಅಜ್ಜಿ ಮತ್ತೆ ಇವನು ಸೇರಿ ಏನೋ ಸಂಚು ಮಾಡ್ತಿದ್ದಾರೆ ಅನ್ನಿಸ್ತಿದೆ."

ಈಶಾ ಏನೋ ಉತ್ತರಿಸಲು ಮುಂದಾದಳು. ಆದರೆ ಅಷ್ಟರಲ್ಲೇ ಆದ್ಯಂತ್ ಮತ್ತು ನೀರಾ ಅವಳನ್ನು ಬೇರೆಡೆಗೆ ಕರೆದುಕೊಂಡು ಹೋದರು.

ತೊಟ್ಟಿ ಮನೆ

"ಈಶಾ... ನಿನ್ನ ಜೊತೆ ಸ್ವಲ್ಪ ಮಾತಾಡ್ಬೇಕು," ಎಂದು ಆದ್ಯಂತ್ ಗಂಭೀರವಾಗಿ ಹೇಳಿದನು.

ಅವರು ಮನೆಯ ಹಿಂಭಾಗದ ಕಡೆ ನಡೆದುಹೋದರು. ಹೊರಗೆ ಗಾಳಿ ಮತ್ತಷ್ಟು ತಣ್ಣಗಾಗಿತ್ತು. ದೂರದಲ್ಲಿ ತೊಟ್ಟಿ ಮನೆ ಕತ್ತಲೆಯೊಳಗೆ ಅರ್ಧ ಮರೆತು ನಿಂತಂತೆ ಕಾಣಿಸುತ್ತಿತ್ತು.

ನೀರಾ ಧ್ವನಿ ಇಳಿಸಿ ಹೇಳಿದಳು–

"ನಾನು ಸ್ವಲ್ಪ ಹೊತ್ತಿಗೆ ರಾಮಪ್ಪನ ಕೋಣೆಯ ಹತ್ತಿರ ಹೋಗಿದ್ದೆ. ಅಲ್ಲಿ ತೊಟ್ಟಿ ಮನೆಯ ದಾಖಲೆಗಳ ತರಹದ ಕೆಲವು ಪೇಪರ್ಸ್ ಕಂಡವು. ಅದಲ್ಲದೆ ರಾಮಪ್ಪ ತುಂಬ ಅಸಹಜವಾಗಿ ವರ್ತಿಸುತ್ತಿದ್ದ."

ಆದ್ಯಂತ್ ಕೂಡ ತಕ್ಷಣ ಮಾತು ಸೇರಿಸಿದನು–

"ಹೌದು. ಆ ಮನುಷ್ಯನನ್ನು ನೋಡಿದ್ರೆ ನನಗೂ ವಿಚಿತ್ರ ಅನಿಸುತ್ತದೆ. ಅವನು ಏನೋ ಮುಚ್ಚಿಟ್ಟಿದ್ದಾನೆ. ಇಡೀ ಆಸ್ತಿಯನ್ನು ಸುಲಭವಾಗಿ ತನ್ನ ಕೈಗೆ ಮಾಡ್ಕೊಳ್ಳೋ ಯೋಚನೆ ಇರಬಹುದು."

ಅವನು ಕ್ಷಣಕಾಲ ನಿಂತು ನಿಧಾನವಾಗಿ ಹೇಳಿದನು–

"ಕೆಲವರು ಹೇಳೋದೇನಂದ್ರೆ ರಾಮಪ್ಪ ಕೂಡ ಈ ಆಸ್ತಿಯನ್ನು ಇದೇ ರೀತಿ ಪಡೆದವನು ಅಂತ. ಇಲ್ಲ ಅಂದ್ರೆ ತೊಟ್ಟಿ ಮನೆಯ ಪಕ್ಕದವನಾಗಿದ್ದ ಅವನು ಇಷ್ಟು ದೊಡ್ಡ ಬಂಗಲೆ ಹೇಗೆ ಕಟ್ಟಿದ?"

ಆ ಮಾತು ಕೇಳಿ ಈಶಾಳ ಮುಖ ಸ್ವಲ್ಪ ಗಂಭೀರವಾಯಿತು.

ಅಷ್ಟರಲ್ಲಿ ನೀರಾ ಮತ್ತೆ ಹೇಳಿದಳು–

"ಗುಂಜಿ ಅಜ್ಜಿ ಕೂಡ ಹೇಳ್ತಾ ಇದ್ದರು... ಆ ಮನುಷ್ಯ ಲಾಭಕ್ಕಾಗಿ ಏನು ಬೇಕಾದರೂ ಮಾಡ್ತಾನೆ ಅಂತ."

ಅಹಲ್ಯ ತಕ್ಷಣ ಕೇಳಿದಳು–

"ನೀವಿಬ್ಬರು ಯಾವಾಗ ಗುಂಜಿ ಅಜ್ಜಿಯ ಹತ್ತಿರ ಹೋಗಿದ್ದಿರಿ?"

ನೀರಾ ಸ್ವಲ್ಪ ಕೋಪದಿಂದ ಉತ್ತರಿಸಿದಳು–

"ಅಯ್ಯೋ, ಬೆಳಗ್ಗೆ ಈಶಾ ಅವಳಿಗೆ ಬೈಯುತ್ತಿದ್ದಾಗಲೇ ಸ್ವಲ್ಪ ಮಾತಾಡಿದೆವು."

ಆದ್ಯಂತ್ ಮೆಲ್ಲಗೆ ಹೇಳಿದನು–

ತೊಟ್ಟಿ ಮನೆ

"ನನಗಂತೂ ರಾಮಪ್ಪನ ಮೇಲೆ ನಂಬಿಕೆ ಇಲ್ಲ. ಅವನು ಇಷ್ಟು ಊಟ-ಉಪಚಾರ ಮಾಡಿ, ಸುಲಭವಾಗಿ ಕೋಣೆ ಕೊಟ್ಟಿದ್ದು ಕೂಡ ಅನುಮಾನಾಸ್ಪದ."

ನೀರಾ ಕೂಡ ತಲೆಯಾಡಿಸಿದಳು.

"ಇವತ್ತು ಸಂಜೆ ಅವನು ವಾಕ್ ಹೋಗ್ತಾನಲ್ಲ? ಆಗ ಅವನ ಕೋಣೆಯನ್ನು ಒಮ್ಮೆ ಪರಿಶೀಲನೆ ಮಾಡಬೇಕು."

ಕೆಲ ಕ್ಷಣ ಮೌನದ ನಂತರ ಎಲ್ಲರೂ ಒಪ್ಪಿಕೊಂಡರು.

ಈಶಾ ಮಾತ್ರ ನಗುತ್ತಾ ಹೇಳಿದಳು–

"ಅಯ್ಯೋ, ಯಾಕೆ ಇಷ್ಟು ಸೀರಿಯಸ್ ಆಗಿದ್ದೀರಾ? ನಾವೇನು ಅಂಡರ್‌ಕವರ್ ಆಪರೇಷನ್ ಮಾಡ್ತಿದ್ದೀವಾ?"

ಅವಳು ನಗುತ್ತಾ ಮುಂದುವರಿಸಿದಳು–

"ಈ ಹಾಳಾದ ಜಾಗ ಖರೀದಿ ಮಾಡೋಕೆ ಯಾರಾದರೂ ಬಂದಿದ್ರೆ ಸಾಕು. ರಾಮಪ್ಪನೇ ತಗೊಳೋದಾದ್ರೆ ಅವನಿಗೇ ಮಾರಿಬಿಡೋಣ. ನಮಗೆ ಒಳ್ಳೆ ಹಣ ಸಿಕ್ಕರೆ ಸಾಕಲ್ಲವಾ?"

ಆ ಮಾತು ಕೇಳಿದ ತಕ್ಷಣ ಆದ್ಯಂತ್ ಮುಖ ಗಂಭೀರವಾಯಿತು.

"ಈಶಾ... ಆ ರೀತಿ ಮಾತಾಡಬೇಡ," ಎಂದು ನಿಧಾನವಾದರೂ

ಗಟ್ಟಿಯಾದ ಧ್ವನಿಯಲ್ಲಿ ಹೇಳಿದನು.

"ಯಾವ ಜಾಗವೂ ಕೀಳು ಅಲ್ಲ. ಇದು ತೊಟ್ಟಿ ಮನೆ."

ಆ ಮಾತು ಕೇಳಿದ ಕ್ಷಣ ಕೆಲವು ಕ್ಷಣ ಮೌನ ಆವರಿಸಿತು.

ಈಶಾ ತಕ್ಷಣ ನಗುವನ್ನು ಕಡಿಮೆ ಮಾಡಿಕೊಂಡು,

"ಸರಿ ಸರಿ... ನಾನು ಹಾಸ್ಯ ಮಾಡಿದೆ," ಎಂದು ವಿಷಯ ಬದಲಿಸಿದಳು.

ಅವರು ಮತ್ತೆ ಹಾಲ್ ಕಡೆ ನಡೆದುಹೋದರು.

ರಾಜೇಶ್ ಶರ್ಮಾ ಇನ್ನೂ ಅಲ್ಲೇ ಕುಳಿತಿದ್ದನು.

ಈಶಾ ಮುಂದೆ ಬಂದು,

"ಸರ್, ಹಾಗಿದ್ರೆ ನೀವು ನಾಳೆ ಬನ್ನಿ," ಎಂದಳು.

ಆದರೆ ರಾಜೇಶ್ ಶರ್ಮಾ ನಿಧಾನವಾಗಿ ತಲೆ ಆಡಿಸಿದನು.

"ಇಲ್ಲ... ನಾನು ಇವತ್ತೇ ಇಲ್ಲೇ ಉಳಿಯುತ್ತೇನೆ."

"ಏನ್?" ಎಂದು ನೀರಾ ಆಶ್ಚರ್ಯದಿಂದ ಕೇಳಿದಳು.

"ರಾಮಪ್ಪನ ಬಂಗಲೆಯಲ್ಲಿ ಒಂದು ಕೋಣೆ ಖಾಲಿ ಇದೆ. ಅಲ್ಲೇ ಉಳಿಯುತ್ತೇನೆ. ಈಗಾಗಲೇ ರಾಮಪ್ಪನ ಅನುಮತಿ ಪಡೆದಿದ್ದೇನೆ," ಎಂದು ಶಾಂತವಾಗಿ ಉತ್ತರಿಸಿದನು.

ಅವನ ಉತ್ತರ ಕೇಳಿ ಎಲ್ಲರೂ ಒಬ್ಬರ ಮುಖವನ್ನು ಒಬ್ಬರು ನೋಡಿಕೊಂಡರು.

ಈಶಾ ಸಣ್ಣ ನಗುವೊಂದನ್ನು ಮಾಡಿ,
"ಸರಿ... ನಿಮ್ಮಿಷ್ಟ," ಎಂದಳು.

ಅದಾದ ನಂತರ ಎಲ್ಲರೂ ತಮ್ಮ ತಮ್ಮ ಕೋಣೆಗಳ ಕಡೆ ನಡೆದುಹೋದರು.

ರಾಜೇಶ್ ಶರ್ಮಾ ತನ್ನ ದೊಡ್ಡ ಸೂಟ್‌ಕೇಸ್ ಹಿಡಿದು ಮೆಟ್ಟಿಲು ಏರುತ್ತಿದ್ದನು.

ತೊಟ್ಟಿ ಮನೆ

ಆ ಸಮಯದಲ್ಲಿ ಏಕಾಏಕಿ ಅವನ ಸೂಟ್‌ಕೇಸ್‌ನ ಚೈನ್ ಸ್ವಲ್ಪ ತೆರಳಿ ಒಳಗಿದ್ದ ವಸ್ತು ಕೆಳಗೆ ಜಾರಿಬಿತ್ತು.

ಟಕ್...!

ಲೋಹ ನೆಲಕ್ಕೆ ತಾಗಿದ ಶಬ್ದ ಸ್ಪಷ್ಟವಾಗಿ ಕೇಳಿಸಿತು.

ಅದು ಒಂದು ಹಳೆಯ ಕತ್ತಿ.

ಅದಿನ ಬ್ಲೇಡ್ ಜಂಗು ಹಿಡಿದಿದ್ದರೂ, ಅದರ ಹಿಡಿ ಮಾತ್ರ ಕಪ್ಪು ಬಟ್ಟೆಯಲ್ಲಿ ಅಚ್ಚುಕಟ್ಟಾಗಿ ಸುತ್ತಲಾಗಿತ್ತು.

ರಾಜೇಶ್ ಶರ್ಮಾ ಕ್ಷಣಾರ್ಧದಲ್ಲಿ ಗಾಬರಿಗೊಂಡಂತೆ ಕೆಳಗೆ ಬಾಗಿ ಅದನ್ನು ಎತ್ತಿಕೊಂಡನು.

ಅವನ ಮುಖದಲ್ಲಿ ಒಂದು ಕ್ಷಣ ಭಯದ ಛಾಯೆ ಮೂಡಿತು.

ಆದರೆ ಕೂಡಲೇ ಆತ ತನ್ನ ಸಹಜ ನಗುವಿಗೆ ಮರಳಿದನು.

“ಹಳೆಯ antique item ಅಷ್ಟೇ,” ಎಂದು ಸುಮ್ಮನೆ ಹೇಳಿಬಿಟ್ಟನು.

ಯಾರೂ ಹೆಚ್ಚು ಗಮನಿಸದಂತೆ ನಟಿಸಿದರು.

ಆದರೆ–

ಅಹಲ್ಯ ಮಾತ್ರ ಆ ದೃಶ್ಯವನ್ನು ವಾರೆಗಣ್ಣಿನಲ್ಲಿ ಗಮನಿಸಿದ್ದಳು.

ಅವಳ ಮನಸ್ಸಿನಲ್ಲಿ ಮತ್ತೊಂದು ಅನುಮಾನ ಮೌನವಾಗಿ ಹುಟ್ಟಿಕೊಳ್ಳುತ್ತಿತ್ತು. ಅವೆಲ್ಲವನ್ನು ಬದಿಗಿಟ್ಟು, ಸಂಜೆ ರಾಮಪ್ಪ ಎಂದಿನಂತೆ ವಾಕ್‌ಗೆ ಹೊರಟ ತಕ್ಷಣ ಗುಂಪು ಮೌನವಾಗಿ ಅವನ ಕೋಣೆಯೊಳಗೆ ನುಗ್ಗಿತು. ಹೊರಗೆ ಸಂಜೆಯ ಬೆಳಕು ನಿಧಾನವಾಗಿ ಮಸುಕಾಗುತ್ತಿತ್ತು. ಕಿಟಕಿಯಾಚೆ ತೊಟ್ಟಿ ಮನೆ ಕತ್ತಲೆಯೊಳಗೆ ಅರ್ಧ ಮರೆತು ನಿಂತಂತೆ ಕಾಣಿಸುತ್ತಿತ್ತು. ಕೋಣೆಯೊಳಗೆ ಮಾತ್ರ ವಿಚಿತ್ರ ಮೌನ ಆವರಿಸಿತ್ತು.

ರಾಮಪ್ಪನ ಕೋಣೆ ನೋಡಲು ತುಂಬಾ ಅಚ್ಚುಕಟ್ಟಾಗಿತ್ತು. ಗೋಡೆಗಳ ತುಂಬ ಪುಸ್ತಕದ ಶೆಲ್ಫ್‌ಗಳು. ಹಳೆಯ ಕಾದಂಬರಿಗಳು, ಇತಿಹಾಸದ ಪುಸ್ತಕಗಳು, ಕೆಲವು ಕೃಷಿ ಸಂಬಂಧಿತ ಗ್ರಂಥಗಳು–ಅದರ ಮಧ್ಯೆ ರಾಮಪ್ಪನೇ ಬರೆದ ಕೆಲವು ಪುಸ್ತಕಗಳೂ ಇದ್ದವು.

ತೊಟ್ಟಿ ಮನೆ

"ಈ ಮನುಷ್ಯ ಇಷ್ಟು ಪುಸ್ತಕ ಓದುತ್ತಾನಾ?" ಎಂದು ನೀರಾ ಆಶ್ಚರ್ಯದಿಂದ ಕೇಳಿದಳು.

ಆದ್ಯಂತ್ ನಿಧಾನವಾಗಿ ಶೆಲ್ಫ್‌ಗಳನ್ನು ಪರಿಶೀಲಿಸುತ್ತಾ, "ನೋಡೋಕ್ಕೆ ಸಾಮಾನ್ಯ ರೈತನಂತೆ ಕಾಣ್ತಾನೆ... ಆದರೆ ಏನೋ ಮರೆಮಾಚ್ತಿದ್ದಾನೆ ಅನ್ನಿಸುತ್ತಿದೆ," ಎಂದನು.

ಅವರು ಕೋಣೆಯ ಪ್ರತಿಯೊಂದು ಭಾಗವನ್ನೂ ಪರಿಶೀಲಿಸಲು ಆರಂಭಿಸಿದರು.

ಡ್ರಾಯರ್‌ಗಳು, ಹಳೆಯ ಪೆಟ್ಟಿಗೆಗಳು, ಕಪಾಟು—ಎಲ್ಲವೂ ಹುಡುಕಿದರು.

ಆದರೆ ನೀರಾ ಮತ್ತು ಆದ್ಯಂತ್ ಊಹಿಸಿದ್ದಂತೆ ತೊಟ್ಟಿ ಮನೆಯ ದಾಖಲೆಗಳು ಅಲ್ಲಿರಲಿಲ್ಲ.

"ಬಹುಶಃ ನಾವು ತಪ್ಪಾಗಿ ಅನುಮಾನ ಮಾಡ್ತಿದ್ದೀವೋ..." ಎಂದು ಅಹಲ್ಯ ನಿಧಾನವಾಗಿ ಹೇಳಿದಳು.

ತೊಟ್ಟಿ ಮನೆ

ಅಷ್ಟರಲ್ಲಿ ಈಶಾಳ ಕಣ್ಣು ಹಳೆಯ ಪುಸ್ತಕವೊಂದರ ಮೇಲೆ ಬಿತ್ತು. ಅದು ಉಳಿದ ಪುಸ್ತಕಗಳಿಗಿಂತ ವಿಭಿನ್ನವಾಗಿ ಕಾಣಿಸುತ್ತಿತ್ತು. ಮೇಲ್ಭಾಗದಲ್ಲಿ ಧೂಳು ತುಂಬಿಕೊಂಡಿದ್ದರೂ ಮಧ್ಯಭಾಗ ಮಾತ್ರ ಹೊಸದಾಗಿ ಮುಟ್ಟಿದಂತೆ ಇತ್ತು.

ಈಶಾ ಅದನ್ನು ಎಚ್ಚರಿಕೆಯಿಂದ ತೆಗೆದು ತೆರೆದಳು.

ಪುಸ್ತಕದ ಮಧ್ಯೆ ಮಡಚಿಟ್ಟಿದ್ದ ಒಂದು ಚೀಟಿ ಕೆಳಗೆ ಜಾರಿಬಿತ್ತು.

ಅದನ್ನು ಕಂಡ ಕ್ಷಣ ಎಲ್ಲರೂ ಸ್ಥಬ್ಧರಾದರು.

ಆ ಚೀಟಿಯ ಮೇಲೆ ಮತ್ತೆ ಅದೇ ಸಾಲು ಬರೆಯಲಾಗಿತ್ತು–

"ನಿನ್ನೊಳ್ ಉಸುರಂ ಸುಟ್ಟು ಎನ್ನ ಮುನಿಸಿನ ಪ್ರತೀಕಾರಮಂ ಗೆಯ್ವೆಂ..."

ಕೆಲ ಕ್ಷಣ ಯಾರ ಬಾಯಿಂದಲೂ ಮಾತು ಹೊರಬರಲಿಲ್ಲ.

ಅಹಲ್ಯ ಮುಖ ಬಿಳಿಯಾಗಿತ್ತು.

"ಇದೇ ಸಾಲು..." ಎಂದು ಗುನುಗಿದಳು.

ತೊಟ್ಟಿ ಮನೆ

ನೀರಾ ಕಳವಳದಿಂದ ಕೇಳಿದಳು–

"ರಾಮಪ್ಪ ಯಾಕೆ ಈ ತರ ಮಾಡ್ತಿದ್ದಾನೆ? ನಮ್ಮನ್ನ ಯಾಕೆ ಹೆದರಿಸ್ತಿದ್ದಾನೆ?"

ಆದ್ಯಂತ್ ಧ್ವನಿ ಗಂಭೀರವಾಯಿತು.

"ಇದು ಕೇವಲ ಆಟ ಅಲ್ಲ. ಯಾರೋ ಉದ್ದೇಶಪೂರ್ವಕವಾಗಿ ನಮ್ಮನ್ನ ಭಯಪಡಿಸುತ್ತಿದ್ದಾರೆ."

ಅಷ್ಟರಲ್ಲಿ ಅಹಲ್ಯನ ದೃಷ್ಟಿ ಕೋಣೆಯ ಇನ್ನೊಂದು ಭಾಗದತ್ತ ಹರಿಯಿತು.

ಗೋಡೆಯ ಮೇಲೆ ಕಾಗದವೊಂದು ಅಂಟಿಸಲಾಗಿತ್ತು.

ಅದರ ಮೇಲೆ ಕೆಂಪು ಮಶಿಯಲ್ಲಿ ನಾಲ್ಕು ಹೆಸರುಗಳು ಬರೆಯಲಾಗಿದ್ದವು–

ಈಶಾ, ಅಹಲ್ಯ , ನೀರಾ , ಆದ್ಯಂತ್

ಆ ನಾಲ್ಕು ಹೆಸರಿನ ಮೇಲೂ ಕೆಂಪು ಬಣ್ಣದಲ್ಲಿ ದೊಡ್ಡ 'X' ಗುರುತು ಹಾಕಲಾಗಿತ್ತು.

"ಇದು ಏನು...?" ಎಂದು ನೀರಾ ಭಯದಿಂದ ಹಿಂದೆ ಸರಿದಳು.

ತೊಟ್ಟಿ ಮನೆ

ಗುಂಪಿನೊಳಗೆ ಮತ್ತೆ ಅಸ್ವಸ್ಥ ಮೌನ ಆವರಿಸಿತು. ಹೊರಗೆ ಗಾಳಿ ಜೋರಾಗಿ ಬೀಸತೊಡಗಿತ್ತು. ಕಿಟಕಿಯ ಗಾಜುಗಳು ಮೆಲ್ಲಗೆ ಕಂಪಿಸುತ್ತಿದ್ದವು.

ಈಶಾ ತಕ್ಷಣ ಸಮಾಧಾನದಿಂದ ಮಾತನಾಡಲು ಪ್ರಯತ್ನಿಸಿದಳು.

"ಮೊದಲು ಎಲ್ಲರೂ ಶಾಂತವಾಗಿರಿ," ಎಂದು ಗಟ್ಟಿಯಾಗಿ ಹೇಳಿದಳು. "ನಮಗೆ ಈಗ ಭಯಪಡುವ ಸಮಯ ಅಲ್ಲ. ರಾಮಪ್ಪ ಬಂದ ತಕ್ಷಣ ಅವನನ್ನೇ ನೇರವಾಗಿ ಪ್ರಶ್ನಿಸೋಣ."

ಅವಳು ಕ್ಷಣಕಾಲ ಯೋಚಿಸಿ ಮುಂದುವರಿಸಿದಳು–

"ಆದರೆ ಅದಕ್ಕಿಂತ ಮೊದಲು ನಮ್ಮ ಕೆಲಸ ಮುಖ್ಯ. ತೊಟ್ಟಿ ಮನೆಯ ದಾಖಲೆಗಳು ನಮಗೆ ಬೇಕು. ನಾನು ಅವನ್ನೆಲ್ಲ ಸೌರಭ್‌ಗೆ ಕೊಟ್ಟಿದ್ದೇನೆ."

ಅಹಲ್ಯಳತ್ತ ತಿರುಗಿ–

"ಅಹಲ್ಯ, ನಾಳೆ ಬೆಳಗ್ಗೆ ಸೌರಭ್ ಹತ್ತಿರ ಹೋಗಿ ಪೇಪರ್ಸ್ ತಂದುಕೋ."

ನಂತರ ನೀರಾ ಮತ್ತು ಆದ್ಯಂತ್ ಕಡೆ ನೋಡಿದಳು.

ತೊಟ್ಟಿ ಮನೆ

"ನಿಮಗೆ ತೊಟ್ಟಿ ಮನೆಯ ಅಳತೆ ಕೆಲಸ ಕೊಟ್ಟಿದ್ದೆನಲ್ಲ? ಸಿದ್ದಪ್ಪನ ಜೊತೆ ಸೇರಿ ಅದನ್ನ ಸಂಪೂರ್ಣ ಮುಗಿಸಿ. ಹಾಗೇ HODಗೆ ಕರೆ ಮಾಡಿ ನಮ್ಮ ಪ್ರಾಜೆಕ್ಟ್ ಟಾಪಿಕ್ ಮತ್ತು ಅಲೋಲ ಪ್ಯಾಲೆಸ್ ಬಗ್ಗೆ ತಿಳಿಸಿ."

ಕೊನೆಗೆ ತಲೆಯನ್ನು ಹಿಡಿದು ನಿಧಾನವಾಗಿ ಹೇಳಿದಳು–

"ನನಗೆ ಯಾಕೋ ಸ್ವಲ್ಪ ತಲೆನೋವು ಬರುತ್ತಿದೆ... ನಾನು ಸ್ವಲ್ಪ ವಿಶ್ರಾಂತಿ ಮಾಡ್ತೀನಿ."

ಎಂದು ಹೇಳಿ ಈಶಾ ನಿಧಾನವಾಗಿ ತನ್ನ ಕೋಣೆಯ ಕಡೆ ನಡೆದುಹೋದಳು.

ಅಹಲ್ಯ ಮಾತ್ರ ಅಲ್ಲೇ ನಿಂತಿದ್ದಳು.

ಅವಳ ಮನಸ್ಸಿನೊಳಗೆ ಪ್ರಶ್ನೆಗಳು ಒಂದರ ಹಿಂದೆ ಒಂದಾಗಿ ಓಡಾಡುತ್ತಲೇ ಇದ್ದವು.

ರಾಜೇಶ್ ಶರ್ಮಾ ಸೂಟ್‌ಕೇಸ್‌ನಿಂದ ಬಿದ್ದಿದ್ದ ಕತ್ತಿ...

ರಾಮಪ್ಪನ ಕೋಣೆಯಲ್ಲಿ ಸಿಕ್ಕ ಆ ಚೀಟಿ...

ಈಶಾಳ ಮೇಲಿದ್ದ ಅನುಮಾನ...

ಯಾವುದೂ ಅವಳ ತಲೆಯಿಂದ ಹೊರ ಹೋಗುತ್ತಿರಲಿಲ್ಲ.

ಗುಂಪು ಬಹಳ ಹೊತ್ತು ರಾಮಪ್ಪನ ಮರಳುವಿಕೆಗೆ ಕಾಯುತ್ತಿತ್ತು.

ಆದರೆ ಸಮಯ ಕಳೆಯುತ್ತಲೇ ಹೋಯಿತು.

ಸಂಜೆ ಕತ್ತಲೆ ರಾತ್ರಿ ಆಗಿತು.

ರಾತ್ರಿ ಮತ್ತಷ್ಟು ಗಾಢವಾಯಿತು.

ಆದರೂ ರಾಮಪ್ಪ ಮರಳಲಿಲ್ಲ.

ಕೊನೆಗೆ ಮನೆಯ ಕೆಲಸದವಳು ಆತಂಕದಿಂದ ಹೇಳಿದಳು–

"ಅಯ್ಯೋ... ಅಪ್ಪೋರು ಮಧ್ಯಾಹ್ನ ಊಟಕ್ಕೂ ಬಂದಿರಲಿಲ್ಲ. ಈಗ ಸಂಜೆ ವಾಕ್‌ಗೆ ಹೋಗಿ ಇನ್ನೂ ಬಂದೇ ಇಲ್ಲ. ನನಗೆ ಯಾಕೋ ಭಯ ಆಗ್ತಾ ಇದೆ..."

ಆದ್ಯಂತ್ ನಿರ್ಲಕ್ಷ್ಯವಾಗಿ ನಗಿದನು.

"ಕೇಡಿಗೆ ಏನ್ ಚಿಂತೆ? ಬಹುಶಃ ನಾಳೆ ಬರಬಹುದು... ಅಥವಾ ಬರದೇ ಕಾಣೆಯಾಗಬಹುದು," ಎಂದು ಹೇಳಿ,

"ನೀವು ಮೊದಲು ರಾತ್ರಿಯ ಊಟ ಬಡಿಸಿ," ಎಂದನು.

ತೊಟ್ಟಿ ಮನೆ

ಕೆಲಸದವಳು ಸ್ವಲ್ಪ ವಿಚಿತ್ರವಾಗಿ ಅವರ ಮುಖ ನೋಡಿದರೂ ಮೌನವಾಗಿ ಊಟ ಬಡಿಸಲು ತೆರಳಿದಳು.

ರಾತ್ರಿ ಊಟದ ಸಮಯದಲ್ಲಿ ಆಕೆ ಮಾತು ಮುಂದುವರಿಸಿದಳು–

“ಪ್ರತಿ ವರ್ಷ ನಮ್ಮ ಧಣಿ ಮೋಹಿನಿ ಅಟ್ಟಂ ಕಾರ್ಯಕ್ರಮಕ್ಕೆ ಖುದ್ದಾಗಿ ಹೋಗ್ತಿದ್ದರು. ದೇವಾಲಯಕ್ಕೆ ಕಾಣಿಕೆ ಕೊಡ್ತಿದ್ದರು. ಈ ವರ್ಷ ಹೀಗೆ ಕಾಣೆಯಾಗಿದ್ದಾರೆ...”

ನೀರಾ ಕುತೂಹಲದಿಂದ ಕೇಳಿದಳು–

“ಮೋಹಿನಿ ಅಟ್ಟಂ ಕಾರ್ಯಕ್ರಮ ಅಷ್ಟು ದೊಡ್ಡದಾ ಇಲ್ಲಿ?”

ಕೆಲಸದವಳು ಹೆಮ್ಮೆಯಿಂದ ತಲೆಯಾಡಿಸಿದಳು.

“ಹೌದು ಅಮ್ಮಾ. ಮಹಾಶಿವರಾತ್ರಿಯ ರಾತ್ರಿ ಇಡೀ ಊರು ಅಲ್ಲಿ ಇರುತ್ತೆ. ನೃತ್ಯ, ಪೂಜೆ, ಜಾತ್ರೆ... ಊರೇ ಜಾಗರಣೆ ಮಾಡುತ್ತೆ.”

ಆದ್ಯಂತ್ ತಕ್ಷಣ ಕೇಳಿದನು–

“ಹಾಗಾದ್ರೆ ನಾಳೆ ಇಡೀ ಊರು ಖಾಲಿ ಇರತ್ತಾ?”

"ಹೌದು," ಎಂದು ಆಕೆ ಉತ್ತರಿಸಿದಳು.

"ಎಲ್ಲರೂ ದೇವಸ್ಥಾನದ ಕಡೆ ಹೋಗ್ತಾರೆ. ನೀವು ಕೂಡ ತಪ್ಪದೆ ಬನ್ನಿ. ಬಹುಶಃ ಧಣಿಗಳು ಕೂಡ ಅಲ್ಲಿ ಸಿಗಬಹುದು."

ಅಹಲ್ಯ ಮಾತ್ರ ಸಮಾಧಾನದಿಂದ ಉತ್ತರಿಸಿದಳು–

"ನಮಗೆ ಅಷ್ಟು ಆಸಕ್ತಿ ಇಲ್ಲ. ಇನ್ನೂ ತೊಟ್ಟಿ ಮನೆಯ ಪೇಪರ್ಸ್ ರೆಡಿ ಮಾಡ್ಬೇಕು. ತುಂಬ ಕೆಲಸ ಇದೆ."

ಎಲ್ಲರೂ ಮೌನವಾಗಿ ಊಟ ಮುಗಿಸಿದರು. ರಾತ್ರಿ ಮತ್ತಷ್ಟು ಗಾಢವಾಗುತ್ತಿತ್ತು. ಅವರು ತಮ್ಮ ತಮ್ಮ ಕೋಣೆಗಳ ಕಡೆ ತೆರಳತೊಡಗಿದರು. ಅಹಲ್ಯ ಮೆಟ್ಟಿಲೇರಲು ಹೋಗುತ್ತಿದ್ದಾಗ ಏಕಾಏಕಿ ಅವಳ ಕಾಲಿಗೆ ಏನೋ ತಗುಲಿತು. ಅವಳು ಕೆಳಗೆ ಬಾಗಿ ನೋಡಿದಳು. ಅದು ಒಂದು ಒಂಟಿ ಗೆಜ್ಜೆ ಮತ್ತು ವಿಚಿತ್ರ ಗುರುತಿರುವ ಲೋಹದ ತುಂಡು. ಅದರ ಮೇಲೆ ಮಣ್ಣಿನ ಕಲೆಗಳು ಒಣಗಿ ಅಂಟಿಕೊಂಡಿದ್ದವು.

ಅಹಲ್ಯ ಸುತ್ತಲೂ ಯಾರೂ ನೋಡುತ್ತಿಲ್ಲವೆಂದು ಖಚಿತಪಡಿಸಿಕೊಂಡು ಅದನ್ನು ಮೆಲ್ಲಗೆ ಎತ್ತಿಕೊಂಡಳು.

ತೊಟ್ಟಿ ಮನೆ

"ಇದು ಮುಂದೆ ಏನಾದ್ರೂ ಉಪಯೋಗಕ್ಕೆ ಬರಬಹುದು..." ಎಂದು ಮನಸ್ಸಿನೊಳಗೆ ಯೋಚಿಸಿದಳು.

ಈ ಬಾರಿ ಅವಳೊಳಗೆ ಭಯಕ್ಕಿಂತ ಧೈರ್ಯ ಹೆಚ್ಚು ಇತ್ತು. ಕೆಳಗಡೆ ಮನೆಯ ಕೆಲಸದವಳು ಮಹಾಶಿವರಾತ್ರಿಗಾಗಿ ರಂಗೋಲಿ ಹಾಕುತ್ತಾ ಶಿವಲಿಂಗವನ್ನು ಹೂಗಳಿಂದ ಅಲಂಕರಿಸುತ್ತಿದ್ದಳು. ದೀಪದ ಮೃದುವಾದ ಬೆಳಕು ನೆಲದ ಮೇಲೆ ಹರಡುತ್ತಿತ್ತು. ಹೊರಗೆ ತೊಟ್ಟಿ ಮನೆ ಮೌನವಾಗಿ ನಿಂತಿತ್ತು.

ಅಧ್ಯಾಯ ೪ : ಅನ್ವೇಷಣೆ

ಬೆಳಗಿನ ಬೆಳಕು ಮನೆ ತುಂಬ ಹೊಸ ಉತ್ಸಾಹವನ್ನು ಹರಡಿತ್ತು. ಮಹಾಶಿವರಾತ್ರಿಯ ದಿನವಾದ ಕಾರಣ ಮನೆಯಲ್ಲಿ ಬೆಳಗ್ಗಿನಿಂದಲೇ ಪೂಜೆಯ ಸಿದ್ಧತೆಗಳು ಆರಂಭವಾಗಿದ್ದವು. ರಾಮಪ್ಪ ಇನ್ನೂ ಮನೆಗೆ ಮರಳಿರಲಿಲ್ಲ. ಮನೆಯವರೇ ಯಾರೂ ಇಲ್ಲದ ಕಾರಣ ಕೆಲಸದವಳೇ ಮನೆಯ ಎಲ್ಲಾ ಜವಾಬ್ದಾರಿಯನ್ನು ಹೊತ್ತಿದ್ದಳು. ಅವಳು ಬೇಗನೆ ಎದ್ದು ಅಂಗಳಕ್ಕೆ ನೀರು ಹಾಯಿಸಿ, ದೊಡ್ಡ ರಂಗೋಲಿ ಹಾಕಿ, ಶಿವಲಿಂಗವನ್ನು ಹೂಗಳಿಂದ ಅಲಂಕರಿಸಿದಳು. ಅಡುಗೆಮನೆಯಿಂದ ತುಪ್ಪ, ಬೆಲ್ಲ ಮತ್ತು ಏಲಕ್ಕಿಯ ಸುವಾಸನೆ

ಹರಡುತ್ತಿತ್ತು. ಪ್ರಸಾದಕ್ಕಾಗಿ ಸಿಹಿ ಪೊಂಗಲ್ ಹಾಗೂ ಪಂಚಾಮೃತವನ್ನು ತಯಾರಿಸುತ್ತಿದ್ದಳು.

ಸ್ವಲ್ಪ ಹೊತ್ತಿನ ನಂತರ ಗುಂಪಿನವರು ತಮ್ಮ ತಮ್ಮ ಕೋಣೆಗಳಿಂದ ಹೊರಬಂದರು.
ಕೆಳಗೆ ಬಂದ ತಕ್ಷಣ ಕೆಲಸದವಳು ಪ್ರಸಾದವನ್ನು ಅವರ ಕೈಗೆ ನೀಡಿದಳು.

ಈಶಾ ಎರಡು ಕೈ ಜೋಡಿಸಿ ಶಿವಲಿಂಗದ ಮುಂದೆ ನಿಂತಳು.
ಅವಳ ಕಣ್ಣುಗಳಲ್ಲಿ ವಿಚಿತ್ರ ಆತಂಕ ಮತ್ತು ಆಶೆ ಒಂದೇ ಸಮಯದಲ್ಲಿ ಕಾಣಿಸುತ್ತಿತ್ತು.

"ನಾನು ಅಂದುಕೊಂಡಿದ್ದೆಲ್ಲ ಒಳ್ಳೆಯದಾಗಲಿ..." ಎಂದು ಮನಸ್ಸಿನೊಳಗೆ ಪ್ರಾರ್ಥಿಸಿಕೊಂಡಳು.

ನೀರಾ, ಆದ್ಯಂತ್ ಮತ್ತು ಅಹಲ್ಯ ಕೂಡ ದೇವರಿಗೆ ಕೈಮುಗಿದು ತಮ್ಮ ತಮ್ಮ ಮನದ ಬೇಡಿಕೆಯನ್ನು ಇಟ್ಟು ಪ್ರಸಾದವನ್ನು ಸ್ವೀಕರಿಸಿದರು.

ನಂತರ ಎಲ್ಲರೂ ತಮ್ಮ ತಮ್ಮ ಕೆಲಸಗಳಿಗೆ ಹೊರಟರು.

ತೊಟ್ಟಿ ಮನೆ

ಅಹಲ್ಯ ನೇರವಾಗಿ ಸಿಟಿಯಲ್ಲಿದ್ದ ಲಾಡ್ಜ್ ಕಡೆ ಹೊರಟಳು. ಸೌರಭ್ ಹತ್ತಿರದಿಂದ ದಾಖಲೆಗಳನ್ನು ತೆಗೆದುಕೊಂಡು ಬರಬೇಕಿತ್ತು.

ನೀರಾ ಮತ್ತು ಆದ್ಯಂತ್ ತೊಟ್ಟಿ ಮನೆಯ ಅಳತೆ ಹಾಗೂ ದಾಖಲೆಗಳ ಕೆಲಸ ಪೂರ್ಣಗೊಳಿಸಲು ಸಿದ್ದಪ್ಪನ ಮನೆ ಕಡೆ ಹೊರಟರು.

ಈಶಾ ಮಾತ್ರ ರಾಜೇಶ್ ಶರ್ಮಾರನ್ನು ಕರೆದುಕೊಂಡು ಮತ್ತೆ ತೊಟ್ಟಿ ಮನೆಯ ಜಾಗ ತೋರಿಸಲು ಹೋದಳು. ಅಹಲ್ಯ ಲಾಡ್ಜ್ ತಲುಪುವಷ್ಟರಲ್ಲಿ ಮಧ್ಯಾಹ್ನದ ಬಿಸಿಲು ನಿಧಾನವಾಗಿ ತೀವ್ರವಾಗುತ್ತಿತ್ತು.

ಅವಳು ಆತುರದಿಂದ ಸೌರಭ್ ಉಳಿದಿದ್ದ ಕೋಣೆಯ ಬಾಗಿಲನ್ನು ತಟ್ಟಿದಳು.

ಯಾವ ಪ್ರತಿಕ್ರಿಯೆಯೂ ಇರಲಿಲ್ಲ. ಮತ್ತೊಮ್ಮೆ ಬಲವಾಗಿ ತಟ್ಟಿದಳು. ಮೌನ. ಅವಳ ಹೃದಯದ ಬಡಿತ ವೇಗವಾಯಿತು. ಬಾಗಿಲು ಸಂಪೂರ್ಣ ಮುಚ್ಚಿರಲಿಲ್ಲ. ನಿಧಾನವಾಗಿ ತಳ್ಳಿದಾಗ ಅದು ಕಿರಿಚುವ ಶಬ್ದದೊಂದಿಗೆ ತೆರೆಯಿತು.

ಅಹಲ್ಯ ಒಳಗೆ ಕಾಲಿಟ್ಟ ಕ್ಷಣವೇ ಏನೋ ತಪ್ಪಾಗಿದೆ ಎಂಬ ಭಾವನೆ ಅವಳಿಗೆ ಸ್ಪಷ್ಟವಾಯಿತು. ಕೊಠಡಿ ಸಂಪೂರ್ಣ ಅಸ್ತವ್ಯಸ್ತವಾಗಿತ್ತು.

ಕುರ್ಚಿ ಉರುಳಿ ಬಿದ್ದಿತ್ತು. ಮೇಜಿನ ಮೇಲಿದ್ದ ಕಾಗದಗಳು ನೆಲದ ಮೇಲೆ ಚದುರಿದ್ದವು. ಸೌರಭ್‌ನ ಬ್ಯಾಗ್ ತೆರೆಯಲ್ಪಟ್ಟ ಸ್ಥಿತಿಯಲ್ಲಿತ್ತು. ಗೋಡೆಯ ಹತ್ತಿರ ಹೋರಾಟ ನಡೆದಂತ ಗುರುತುಗಳು ಕಾಣುತ್ತಿದ್ದರು.

ತೊಟ್ಟಿ ಮನೆ

"ಸೌರಭ್...?" ಎಂದು ಅವಳು ಕರೆದಳು.

ಯಾವ ಉತ್ತರವೂ ಬರಲಿಲ್ಲ. ಅಹಲ್ಯ ತಕ್ಷಣ ಕೋಣೆಯನ್ನೆಲ್ಲ ಪರಿಶೀಲಿಸಲು ಆರಂಭಿಸಿದಳು. ಯಾರೋ ಬಲವಂತವಾಗಿ ಸೌರಭ್‌ನ್ನು ಎಳೆದುಕೊಂಡು ಹೋಗಿರುವ ಸುಳಿವುಗಳು ಸ್ಪಷ್ಟವಾಗಿದ್ದವು.

ಅವನ ವೈಟ್‌ಬೋರ್ಡ್ ಮೇಲೆ ಕೆಲವು ಗುರುತುಗಳು, ನಕ್ಷೆಗಳು, ಚಿಹ್ನೆಗಳು ಗೀಚಲ್ಪಟ್ಟಿದ್ದವು. ಕೆಲವು ದಾಖಲೆಗಳ ಮೇಲೆ ಕೆಂಪು ಮಶಿಯಲ್ಲಿ ವೃತ್ತಗಳನ್ನು ಹಾಕಲಾಗಿತ್ತು. ಆದರೆ ಅವುಗಳ ಅರ್ಥ ಅವಳಿಗೆ ಸ್ಪಷ್ಟವಾಗಲಿಲ್ಲ.

ಅವಳು ಲಾಡ್ಜ್‌ನ ಪ್ರತಿಯೊಂದು ಕೋಣೆಯನ್ನೂ ಪರಿಶೀಲಿಸಿದಳು. ಎಲ್ಲೂ ಸೌರಭ್ ಇರಲಿಲ್ಲ.ಅವಳ ಕೈಗಳು ನಡುಗತೊಡಗಿದವು. ಯಾರಿಗಾದರೂ ಕರೆ ಮಾಡೋಣ ಎಂದಳು. ಆದರೆ ಆತುರದಲ್ಲಿ ಫೋನ್‌ನ್ನೇ ತರದೇ ಬಂದಿದ್ದಳು.

ಇನ್ನೊಂದು ಸಮಸ್ಯೆ—ಆ ಭಾಗದಲ್ಲಿ ಹತ್ತಿರದಲ್ಲೇ ಪೊಲೀಸ್ ಠಾಣೆ ಇರಲಿಲ್ಲ. ಠಾಣೆಗೆ ಹೋಗಬೇಕೆಂದರೆ ಸುಮಾರು ಮೂವತ್ತು ಕಿಲೋಮೀಟರ್ ದೂರ ಪ್ರಯಾಣಿಸಬೇಕಾಗಿತ್ತು.

ಏನು ಮಾಡಬೇಕೆಂದು ತಿಳಿಯದೆ ಕೊನೆಗೆ ಅಹಲ್ಯ ಹೊರಗೆ ಬಂದು ಒಂದು ಆಟೋ ನಿಲ್ಲಿಸಿದಳು.

"ಪೊಲೀಸ್ ಸ್ಟೇಷನ್‌ಗೆ ಹೋಗಬೇಕು," ಎಂದಳು ಗಾಬರಿಯಿಂದ.

ಆಟೋ ಹೊರಟಿತು.

ಮಧ್ಯ ದಾರಿಯಲ್ಲಿ ಅಹಲ್ಯ ತನ್ನ ವ್ಯಾನಿಟಿ ಬ್ಯಾಗ್ ತೆರೆಯಿತು. ಇಲ್ಲಿಯವರೆಗೆ ತಾನು ಗಮನಿಸಿದ್ದ ಎಲ್ಲಾ ಸುಳಿವುಗಳನ್ನು ಮತ್ತೆ ಪರಿಶೀಲಿಸಲು ಆರಂಭಿಸಿದಳು. ರಾಜೇಶ್ ಶರ್ಮಾ ಸೂಟ್‌ಕೇಸ್‌ನಿಂದ ಬಿದ್ದಿದ್ದ ಆ ಕತ್ತಿಯ ಚಿತ್ರ ಹಾಗೂ ಅವಳ ಬ್ಯಾಗಲ್ಲಿದ್ದ ಗೆಜ್ಜೆ ಅವಳ ಮನಸ್ಸಿಗೆ ಮತ್ತೆ ಬಂತು. ಆ ಕತ್ತಿಯ ಹಿಡಿಯ ಮೇಲೆ ಹಾಗೂ ಗೆಜ್ಜೆಯ ಮೇಲೆ ಒಂದು ವಿಚಿತ್ರ ಚಿಹ್ನೆ ಇತ್ತು.

"ಈ ಚಿಹ್ನೆ..." ಎಂದು ಅವಳು ಮನಸ್ಸಿನಲ್ಲಿ ಯೋಚಿಸಿದಳು. "ನಾನು ಇದನ್ನೆಲ್ಲೋ ನೋಡಿದ್ದೇನೆ..."

ಕೆಲ ಕ್ಷಣಗಳ ನಂತರ ಅವಳ ಕಣ್ಣುಗಳು ವಿಸ್ತಾರವಾದವು. ಅವಳಿಗೆ ಥಟ್ಟನೆ ನೆನಪಾಯಿತು.

ತೊಟ್ಟಿ ಮನೆ

ಅಂದು ಈಶ ಮೂರ್ಛೆ ಹೋಗಿದ್ದ ರಾತ್ರಿ, ಗುಂಜಿ ಅಜ್ಜಿಯ ಮನೆಯ ಬಳಿ ಅವಳ ಉಂಗುರ ಬಿದ್ದ ಕಾರಣ ಅದನ್ನು ಹುಡುಕಲು ಹೋಗಿದ್ದಳು. ಆಗ ಮನೆಯ ಒಳಗಿದ್ದ ಹಳೆಯ ಪೆಟ್ಟಿಗೆಯ ಮೇಲೆ ಇದೇ ಚಿಹ್ನೆ ಕಂಡಿತ್ತು. ಅಹಲ್ಯ ಗಾಬರಿಗೊಂಡಳು.

"ಹಾಗಾದ್ರೆ ರಾಜೇಶ್ ಶರ್ಮಾ ಮತ್ತು ಗುಂಜಿ ಅಜ್ಜಿ ನಡುವೆ ಏನೋ ಸಂಬಂಧ ಇದೆಯಾ?" ಅವಳ ಯೋಚನೆಗಳು ಇನ್ನಷ್ಟು ಗೊಂದಲಗೊಂಡವು. ಆದರೆ ಅದಕ್ಕಿಂತ ದೊಡ್ಡ ಸಂಗತಿ ಅವಳಿಗೆ ನೆನಪಾಯಿತು.

ರಾಮಪ್ಪನ ಕೋಣೆಯಲ್ಲಿ ಸಿಕ್ಕಿದ್ದ ಆ ಚೀಟಿ ಹೊಸದಾಗಿತ್ತು. ಆದರೆ ಅದು ಇಡಲಾಗಿದ್ದ ಪುಸ್ತಕ ತುಂಬ ಹಳೆಯದು. ಮೇಲ್ಭಾಗದಲ್ಲಿ ಧೂಳು ತುಂಬಿತ್ತು. ಧೂಳಿನ ಮೇಲೆ ಸ್ಪಷ್ಟವಾದ ಕೈ ಗುರುತು ಕಾಣುತ್ತಿತ್ತು. ಅದು ರಾಮಪ್ಪನದ್ದಲ್ಲ. ಯಾಕೆಂದರೆ ರಾಮಪ್ಪನ ಬಲಗೈಯಲ್ಲಿ ಆರು ಬೆರಳುಗಳಿದ್ದವು. ಆ ಗುರುತಿನಲ್ಲಿ ಐದು ಬೆರಳುಗಳಷ್ಟೇ ಇದ್ದವು.ಅಹಲ್ಯ ತಕ್ಷಣ ಅರಿತುಕೊಂಡಳು– ಯಾರೋ ರಾಮಪ್ಪನನ್ನು ಸಿಲುಕಿಸಲು ಈ ಎಲ್ಲಾ ನಾಟಕ ಮಾಡುತ್ತಿದ್ದಾರೆ.

ಅವಳು ಮತ್ತೆ ಯೋಚನೆಯಲ್ಲಿ ಮುಳುಗಿದಳು.

ಆ ಚಿಹ್ನೆ...

ಅದೇ ಚಿಹ್ನೆ ಇನ್ನೊಬ್ಬರ ಬಳಿಯೂ ಇತ್ತು.

ನೀರಾಳ ವ್ಯಾನಿಟಿ ಬ್ಯಾಗ್ ಮೇಲೆ.

ಆ ನೆನಪು ಬಂದ ಕ್ಷಣ ಅಹಲ್ಯ ಶಾಕ್ ಆಯಿತು. ಅವಳು ತಕ್ಷಣ ತನ್ನ ಮೊಬೈಲ್ ತೆಗೆದು ಆ ಚಿಹ್ನೆಯನ್ನು ಇಂಟರ್ನೆಟ್ ಮೂಲಕ ಸ್ಕ್ಯಾನ್ ಮಾಡಲು ಪ್ರಯತ್ನಿಸಿದಳು. ಆದರೆ ಎಲ್ಲಿಯೂ ಅದರ ಬಗ್ಗೆ ಯಾವುದೇ ಮಾಹಿತಿ ಸಿಗಲಿಲ್ಲ.

"ಹಾಗಾದ್ರೆ... ಇವರೆಲ್ಲ ಒಂದೇ ತಂಡನಾ?" ಎಂದು ಅವಳ ಮನಸ್ಸು ಕಿರುಚಿತು.

ಆದರೆ ತಕ್ಷಣ ಮತ್ತೊಂದು ಪ್ರಶ್ನೆ ಮೂಡಿತು.

"ನೀರಾ ಯಾಕೆ ನಮ್ಮ ವಿರುದ್ಧ ಸಂಚು ಮಾಡಬೇಕು?"

ಅವಳಿಗೆ ಏನೂ ಅರ್ಥವಾಗುತ್ತಿರಲಿಲ್ಲ. ಅಹಲ್ಯ ಪೊಲೀಸ್ ಠಾಣೆ ತಲುಪುವಷ್ಟರಲ್ಲಿ ಮಧ್ಯಾಹ್ನ ಹನ್ನೆರಡು ಗಂಟೆ ದಾಟಿತ್ತು. ಅವಳು ತಾನು ಕಂಡ ಎಲ್ಲ ಸುಳಿವುಗಳನ್ನು ಪೊಲೀಸರಿಗೆ ವಿವರವಾಗಿ ತಿಳಿಸಿದಳು. ಸೌರಭ್ ಕಾಣೆಯಾಗಿರುವ ವಿಷಯವನ್ನೂ ಹೇಳಿದಳು. ಪೊಲೀಸರು ವಿಚಾರಣೆ ಮಾಡುತ್ತೇವೆ

ಎಂದು ಹೇಳಿ ಅವಳನ್ನು ಕಳಿಸಿದರು. ಆದರೆ ಅಹಲ್ಯ ಮನಸ್ಸಿಗೆ ನೆಮ್ಮದಿ ಸಿಗಲಿಲ್ಲ.ಅವಳ ಕುತೂಹಲ ಈಗ ಭಯವನ್ನು ಮೀರಿಸಿತ್ತು.

"ನನಗೆ ಇನ್ನೂ ಒಂದು ಸತ್ಯ ತಿಳಿಯಬೇಕು..." ಎಂದು ಮನಸ್ಸಿನಲ್ಲಿ ಹೇಳಿಕೊಂಡಳು. ಆಮೇಲೆ ನೇರವಾಗಿ ಗುಂಜಿ ಅಜ್ಜಿಯ ಮನೆ ಕಡೆ ಹೊರಟಳು.

ಅದೇ ಸಮಯದಲ್ಲಿ ಈಶಾ, ನೀರಾ ಮತ್ತು ಆದ್ಯಂತ್ ರಾಜೇಶ್ ಶರ್ಮಾರಿಗೆ ತೊಟ್ಟಿ ಮನೆಯ ಅಳತೆಯನ್ನು ತೋರಿಸುತ್ತಿದ್ದರು.

ಈ ಬಾರಿ ಬೆಳಕಿನಲ್ಲಿ ತೊಟ್ಟಿ ಮನೆ ಇನ್ನಷ್ಟು ಸ್ಪಷ್ಟವಾಗಿ ಕಾಣಿಸುತ್ತಿತ್ತು. ಗೋಡೆಗಳೆಲ್ಲ ಬೆಂಕಿಯಿಂದ ಸುಟ್ಟು ಕರಕಲಾಗಿದ್ದವು. ಕೆಲವೆಡೆ ಮರದ ತುಂಡುಗಳು ಇನ್ನೂ ಕರಿದ ಗುರುತು ಹಿಡಿದಿದ್ದವು. ಈಶಾ ಪ್ರತಿಯೊಂದು ಮೂಲೆಯನ್ನೂ ಗಮನಿಸುತ್ತಿದ್ದಳು. ಆದರೆ ಅವಳಿಗೆ ಯಾವುದೂ ನೆನಪಾಗುತ್ತಿರಲಿಲ್ಲ. ತನ್ನ ಬಾಲ್ಯ... ತನ್ನ ಕುಟುಂಬ... ಯಾವ ಸುಳಿವೂ ಅಲ್ಲಿರಲಿಲ್ಲ. ಅಲ್ಲಿದ್ದದ್ದು ಕೇವಲ ಸುಟ್ಟುಹೋದ ಮನೆ ಮತ್ತು ವಿಚಿತ್ರ ಮೌನ ಮಾತ್ರ.

ಅಳತೆ ಕೆಲಸ ಮುಗಿದ ನಂತರ ಎಲ್ಲರೂ ರಾಮಪ್ಪನ ಮನೆಗೆ ಮರಳಿದರು. ಮಹಾಶಿವರಾತ್ರಿಗಾಗಿ ತಯಾರಿಸಿದ್ದ ವಿಶೇಷ ತಿಂಡಿಗಳನ್ನು ಸೇವಿಸಿದರು. ಆ ಸಮಯದಲ್ಲಿ ರಾಜೇಶ್ ಶರ್ಮಾ ಗಂಭೀರವಾಗಿ ಹೇಳಿದನು–

ತೊಟ್ಟಿ ಮನೆ

"ಹಾಗಾದ್ರೆ ಎಲ್ಲಾ ಸರಿ ಇದೆ. ಸಂಜೆ ಏಳು ಗಂಟೆ ವೇಳೆಗೆ ಇಡೀ ಊರು ಖಾಲಿಯಾಗಿರುತ್ತದೆ. ಆರು ಗಂಟೆಗೆ ಮೋಹಿನಿ ಅಟ್ಟಂ ಕಾರ್ಯಕ್ರಮ ಶುರುವಾಗುತ್ತದೆ. ನಾನು ಏಳು-ಏಳೂವರೆ ವೇಳೆಗೆ ಸಿದ್ಧವಾಗಿ ಬರುತ್ತೇನೆ."

ಅವನು ಕ್ಷಣಕಾಲ ನಿಂತು ತೊಟ್ಟಿ ಮನೆಯತ್ತ ನೋಡಿದನು.

"ಎಲ್ಲ ಪೇಪರ್ಸ್‌ನ್ನೂ ತೊಟ್ಟಿ ಮನೆಯ ಹತ್ತಿರ ತರಿ. ಅಲ್ಲೇ ಸಹಿ ಹಾಕಿ ಕೆಲಸ ಮುಗಿಸೋಣ."

ಅವನ ಧ್ವನಿ ವಿಚಿತ್ರವಾಗಿ ಗಂಭೀರವಾಗಿತ್ತು. ಈಶಾ ಮೌನವಾಗಿ ತಲೆಯಾಡಿಸಿದಳು. ನಂತರ ನೀರಾ ಮತ್ತು ಆದ್ಯಂತ್ ಹೇಳಿದರು–

"ನಮಗೆ ಸ್ವಲ್ಪ ಕೆಲಸ ಇದೆ. ನಂತರ ಮೋಹಿನಿ ಅಟ್ಟಂ ಕಾರ್ಯಕ್ರಮಕ್ಕೂ ಹೋಗ್ಬೇಕು ಅಂತ ಇದ್ದೇವೆ. ನೀವು ಪೇಪರ್ಸ್ ನೋಡ್ಕೊಳ್ಳಿ. ರಾಮಪ್ಪ ಸಿಕ್ಕಿದ್ರೆ ಅವ್ರನ್ನೂ ಕರೆತರುತ್ತೇವೆ." ಎಂದು ಹೇಳಿ ಅವರು ಹೊರಟರು.

ರಾಜೇಶ್ ಶರ್ಮಾ ಕೂಡ–

"ನನಗೂ ಸ್ವಲ್ಪ ವಿಶ್ರಾಂತಿ ಬೇಕು. ಇಲ್ಲೇ ನನ್ನ ಹಳೆಯ ಗೆಳೆಯನೊಬ್ಬ ಇದ್ದಾನೆ. ಅವನ ಮನೆಗೆ ಹೋಗಿ ಬರುತ್ತೇನೆ," ಎಂದು ಹೇಳಿ ಅಲ್ಲಿಂದ ತೆರಳಿದನು.

ತೊಟ್ಟಿ ಮನೆ

ಮನೆ ಖಾಲಿಯಾಗುತ್ತಿದ್ದಂತೆ ಈಶಾ ಮತ್ತೆ ರಾಮಪ್ಪನ ಕೋಣೆಯೊಳಗೆ ನುಗ್ಗಿದಳು. ಆದರೆ ಈ ಬಾರಿ ಅಲ್ಲಿ ಏನೂ ಇರಲಿಲ್ಲ. ಆ ಚೀಟಿ ಕಾಣಿಸಲಿಲ್ಲ. ಆ ಪುಸ್ತಕವೂ ಬೇರೆ ಕಡೆ ಇಡಲಾಗಿತ್ತು. ಆದರೆ ರಾಮಪ್ಪನ ಕೈಬರಹದ ಹಳೆಯ ಪುಸ್ತಕವೊಂದು ಮಾತ್ರ ಅಲ್ಲೇ ಇತ್ತು. ಈಶಾ ಅದನ್ನು ಪರಿಶೀಲಿಸಿದಳು.

ಅದರ ಬರವಣಿಗೆಯ ಶೈಲಿ ಮತ್ತು ಕೆಂಪು ಕ್ರಾಸ್ ಹಾಕಿದ್ದ ಕಾಗದದ ಬರವಣಿಗೆ ಒಂದೇ ರೀತಿಯಲ್ಲಿರಲಿಲ್ಲ.

ಅಹಲ್ಯನಂತೆ ಈಶಾ ಕೂಡ ಅದನ್ನು ಗಮನಿಸಿದಳು.

"ಹಾಗಾದ್ರೆ... ಯಾರೋ ನಿಜವಾಗಿಯೂ ರಾಮಪ್ಪನನ್ನ ಸಿಲುಕಿಸ್ತಿದ್ದಾರೆ..." ಎಂದು ಅವಳು ಮನಸ್ಸಿನಲ್ಲಿ ಯೋಚಿಸಿದಳು.

ಅವಳ ತಲೆ ಇನ್ನಷ್ಟು ಗೊಂದಲಗೊಂಡಿತು.ಕೊನೆಗೆ ಅಹಲ್ಯಗೆ ಮೆಸೇಜ್ ಕಳಿಸಿದಳು–

"ಪೇಪರ್ಸ್ ರೆಡಿಯಾಗಿದ್ಯಾ?"

ಅದಾದ ನಂತರ ಸ್ವಲ್ಪ ವಿಶ್ರಾಂತಿ ಪಡೆಯಲು ತನ್ನ ಕೋಣೆಗೆ ತೆರಳಿದಳು.

ತೊಟ್ಟಿ ಮನೆ

ಅದೇ ಹೊತ್ತಿಗೆ ಅಹಲ್ಯ ಗುಂಜಿ ಅಜ್ಜಿಯ ಮನೆ ತಲುಪಿದ್ದಳು. ಮನೆಯೊಳಗೆ ವಿಚಿತ್ರ ಮೌನ ಆವರಿಸಿತ್ತು. ಅವಳು ನಿಧಾನವಾಗಿ ಒಳಗೆ ನಡೆದುಹೋದಳು. ಒಂದು ಕೋಣೆಯ ಗೋಡೆಯ ಮೇಲೆ ಮತ್ತೆ ಅದೇ ಚಿಹ್ನೆ ಕಾಣಿಸಿತು. ಈ ಬಾರಿ ಅವಳು ಅದನ್ನು ಗಮನವಾಗಿ ಪರಿಶೀಲಿಸಿದಳು. ಗೋಡೆಯ ಭಾಗವನ್ನು ತಳ್ಳಿದಾಗ ಅದು ಅಸಹಜವಾಗಿ ಒಳಕ್ಕೆ ಸರಿಯಿತು. ಅದರ ಹಿಂದೆ ಒಂದು ರಹಸ್ಯ ಕೋಣೆಯ ದಾರಿ ಕಾಣಿಸಿತು. ಅಹಲ್ಯನ ಉಸಿರು ವೇಗವಾಯಿತು. ಅವಳು ನಿಧಾನವಾಗಿ ಬಾಗಿಲು ತೆರೆಯಲು ಮುಂದಾದಳು.

ಅಷ್ಟರಲ್ಲಿ—ಧಡ್…!

ಹಿಂದಿನಿಂದ ಯಾರೋ ಭಾರಿಯಾಗಿ ಹೊಡೆದರು.ಅವಳ ಕಣ್ಣು ಮಸುಕಾದವು.ಯಾರೆಂದು ನೋಡಬೇಕೆನ್ನುವಷ್ಟರಲ್ಲಿ—ಅದೇ ಗೆಜ್ಜೆನಾದ.

ಘಲ್… ಘಲ್… ಘಲ್…

ಗುಂಜಿ ಅಜ್ಜಿಯ ಧ್ವನಿ ಕತ್ತಲೆಯೊಳಗೆ ಮೊಳಗಿತು—“ಸಮಯ ಬಂದಿದೆ… ಸಮಯ ಬಂದಿದೆ… ಮೋಹಿನಿ ಅಟ್ಟಂ ಸಮಯ ಬಂದಿದೆ…”

ತೊಟ್ಟಿ ಮನೆ

ಆ ಧ್ವನಿ ನಿಧಾನವಾಗಿ ದೂರವಾಗುತ್ತಿತ್ತು.ಅಹಲ್ಯ ಕಣ್ಣುಗಳು ಮುಚ್ಚಿಕೊಂಡವು. ಅವಳು ಪ್ರಜ್ಞೆ ತಪ್ಪಿದಳು.

ಈಶಗೆ ತೀವ್ರವಾದ ತಲೆನೋವು ಕಾಡುತ್ತಿದ್ದ ಕಾರಣ ಅವಳು ಗಾಢ ನಿದ್ರೆಗೆ ಜಾರಿದ್ದಳು.
ಕಣ್ಣು ತೆರೆಯುವಷ್ಟರಲ್ಲಿ ಹೊರಗೆ ಸಂಜೆಯ ಕತ್ತಲೆ ಆವರಿಸಿತ್ತು. ಗಡಿಯಾರವನ್ನು ನೋಡಿದಳು – ಸಂಜೆ 6:30 ಆಗಿತ್ತು.

"ಅಯ್ಯೋ... ಇಷ್ಟು ಹೊತ್ತಾಗಿದೆಯಾ?" ಎಂದು ಬೆಚ್ಚಿಬಿದ್ದಳು.

ರಾಜೇಶ್ ಶರ್ಮಾ ಇದೇ ಸಮಯಕ್ಕೆ ತೊಟ್ಟಿ ಮನೆಯ ಬಳಿ ಬಂದು ಕಾಗದಪತ್ರಗಳನ್ನು ಪಡೆದುಕೊಳ್ಳುತ್ತೇನೆ ಎಂದು ಹೇಳಿದ್ದ ಮಾತು ಅವಳಿಗೆ ನೆನಪಾಯಿತು. ಅಹಲ್ಯ ಈಗಾಗಲೇ ಸೌರಭನಿಂದ ಪೇಪರ್‌ಗಳನ್ನು ತೆಗೆದುಕೊಂಡು ಬಂದಿರಬಹುದು ಎಂದುಕೊಂಡು ತಕ್ಷಣ ಎದ್ದು ನಿಂತಳು.

"ಬಹುಶಃ ಎಲ್ಲರೂ ನನ್ನನ್ನೇ ಕಾಯ್ತಿರ್ಬೋದು..." ಎಂದು ತನ್ನ ಪರ್ಸ್‌ನ್ನು ತೆಗೆದುಕೊಂಡು ಹಿಂದಿರುಗಿದಳು.

ತೊಟ್ಟಿ ಮನೆ

ಆ ಕ್ಷಣದಲ್ಲೇ ಅವಳ ಮುಂದೆ ಯಾರೋ ನಿಂತಿರುವುದು ಕಾಣಿಸಿತು. ಮುಖ ಸ್ಪಷ್ಟವಾಗಿ ಗೋಚರಿಸುವಷ್ಟರಲ್ಲಿ ತಲೆಯ ಹಿಂಭಾಗಕ್ಕೆ ಭಾರಿಯಾದ ಹೊಡೆತ ಬಿತ್ತು.

"ಆದಿ...!" ಎಂದು ಹೇಳುವಷ್ಟರಲ್ಲಿ ಅವಳ ಕಣ್ಣುಗಳು ಮಸುಕಾದವು.

ಅದು ಬೇರೆ ಯಾರೂ ಅಲ್ಲ – ಆದ್ಯಂತ್.

ಸುಮಾರು ಅರ್ಧ ಗಂಟೆಯ ನಂತರ ಈಶ ನಿಧಾನವಾಗಿ ಕಣ್ಣು ತೆರೆಯಿತು.

ತಲೆ ಸಿಡಿಯುವಂತೆ ನೋವಾಗುತ್ತಿತ್ತು.

ಅಧ್ಯಾಯ ೫ : ಮೋಹಿನಿಯಾಟ್ಟಂ

ಅವಳು ತನ್ನ ಸುತ್ತಮುತ್ತ ನೋಡಲು ಪ್ರಯತ್ನಿಸಿದಳು.

ಅಲ್ಲಿ ರಾಮಪ್ಪನ ಬಂಗಲೆ ಇರಲಿಲ್ಲ.

ಸುಟ್ಟ ಮರದ ವಾಸನೆ.

ಕುಸಿದ ಗೋಡೆಗಳು.

ತೊಟ್ಟಿ ಮನೆ

ಕಪ್ಪು ಮಚ್ಚೆ ಹಿಡಿದ ಮೇಲ್ಛಾವಣಿ.

ಗಾಳಿಯಲ್ಲಿ ಹಾರಾಡುತ್ತಿದ್ದ ಧೂಳು.

ಅವಳು ತೊಟ್ಟಿ ಮನೆಯೊಳಗಿದ್ದಳು.

ತನ್ನನ್ನು ಹಳೆಯ ಮರದ ಕುರ್ಚಿಗೆ ಗಟ್ಟಿಯಾಗಿ ಕಟ್ಟಿ ಹಾಕಿರುವುದನ್ನು ಅವಳು ಅರ್ಥ ಮಾಡಿಕೊಂಡಳು. ಕೈಗಳನ್ನು ಎಷ್ಟು ಅಲುಗಿಸಿದರೂ ಹಗ್ಗ ಬಿಗಿಯಾಗುತ್ತಲೇ ಇತ್ತು.

ಆ ಕ್ಷಣದಲ್ಲೇ ಅವಳ ಕಿವಿಗೆ ದೂರದಿಂದ ಒಂದು ನಾದ ಕೇಳಿಬಂತು.

ಮೊದಲು ನಿಧಾನವಾಗಿ...

ನಂತರ ಸ್ಪಷ್ಟವಾಗಿ...

ತೊಟ್ಟಿ ಮನೆ

ತೊಟ್ಟಿ ಮನೆ

"ಧಿಮಿತ ಧಿಮಿತ ಧಿಮಿ ಧಿಮಿಕಿಟ ಕಿಟತೊಂತೋ..

ತೋಂ ತರಿಕಿಟ ತರಿಕಿಟ ಕಿಟತೋಂ..."

ಧಿಮಿತ ಧಿಮಿತ ಧಿಮಿ ಧಿಮಿಕಿಟ ಕಿಟತೊಂ

ತೋಂ ತೋಂ ತರಿಕಿಟ ತರಿಕಿಟ ಕಿಟತೊಂ

ಮತಂಗ ಮುನಿವರ ವಂದಿತ ಈಶ

ಸರ್ವ ದಿಗಂಬರ ವೇಷ್ಟಿತ ವೇಷ

ನಿತ್ಯ ನಿರಂಜನ ನಿತ್ಯ ನಟೇಶ

ಈಶ ಸಭೇಶ ಸರ್ವೇಶ......!

ಆ ನಾದದ ಜೊತೆಗೆ ಗೆಜ್ಜೆಗಳ ಶಬ್ದ ಕೇಳಿಸತೊಡಗಿತು. ಈಶ ಕಣ್ಣುಗಳನ್ನು ಬಿಚ್ಚಿಕೊಂಡಳು.

"ಇದು... ಈ ಹಾಡು..."

ತೊಟ್ಟಿ ಮನೆ

ಅವಳಿಗೆ ನೆನಪಾಯಿತು. ನೀರಾ ಭರತನಾಟ್ಯ ಅಭ್ಯಾಸ ಮಾಡುವಾಗ ಹಾಕುತ್ತಿದ್ದ ಅದೇ ಸಂಗೀತ. ಸ್ವಲ್ಪ ಹೊತ್ತಿನಲ್ಲೇ ಕತ್ತಲೆಯೊಳಗಿಂದ ಎರಡು ಆಕೃತಿಗಳು ಮುಂದೆ ಬಂದವು.

ಒಂದು ಕಡೆ ಆದ್ಯಂತ್. ಇನ್ನೊಂದು ಕಡೆ ನೀರಾ.ಇ ಸಂಪ್ರದಾಯಿಕ ನೃತ್ಯ ವೇಷದಲ್ಲಿ ಇದ್ದರು. ಮುಖದಲ್ಲಿ ವಿಚಿತ್ರವಾದ ಶಾಂತಿ. ಕಣ್ಣುಗಳಲ್ಲಿ ಕ್ರೂರತೆ. ಅವರು ನಿಧಾನವಾಗಿ ಹೆಜ್ಜೆ ಹಾಕುತ್ತಾ ನೃತ್ಯ ಆರಂಭಿಸಿದರು. ಗೆಜ್ಜೆಯ ಪ್ರತಿಯೊಂದು ನಾದವೂ ತೊಟ್ಟಿ ಮನೆಯ ಗೋಡೆಗಳಿಗೆ ಬಡಿದು ಭಯಾನಕ ಪ್ರತಿಧ್ವನಿಯನ್ನು ಸೃಷ್ಟಿಸುತ್ತಿತ್ತು.

ಈಶಗೆ ಏನು ನಡೆಯುತ್ತಿದೆ ಎಂಬುದೇ ಅರ್ಥವಾಗುತ್ತಿರಲಿಲ್ಲ. ನಾಲ್ಕೈದು ನಿಮಿಷಗಳವರೆಗೆ ಅವರು ನಿಲ್ಲದೆ ಕುಣಿದರು.ನಂತರ ಏಕಾಏಕಿ ಹೊರಗಿನಿಂದ ಗಟ್ಟಿಯಾದ ಗೆಜ್ಜೆನಾದ ಕೇಳಿಸಿತು.ಆ ನಾದದೊಂದಿಗೆ ಯಾರೋ ನಗುವ ಧ್ವನಿ ಹತ್ತಿರವಾಗತೊಡಗಿತು.

"ನಿನ್ನೊಳ್ ಉಸುರಂ ಸುಟ್ಟು... ಎನ್ನ ಮುನಿಸಿನ ಪ್ರತೀಕಾರಮಂ ಗೆಯ್ವೆಂ..."

ತೊಟ್ಟಿ ಮನೆ

ಅದೇ ಧ್ವನಿ. ಗುಂಜಿ ಅಜ್ಜಿ. ಅವಳು ಬಾಗಿಲ ಬಳಿಯಿಂದ ಒಳಗೆ ಬಂದಳು.ಕೈಯಲ್ಲಿ ಕೋಲು. ಮುಖದಲ್ಲಿ ವಿಚಿತ್ರ ನಗು. ಕಣ್ಣುಗಳಲ್ಲಿ ವರ್ಷಗಳ ದ್ವೇಷ. ಈಶ ಭಯದಿಂದ ನಡುಗತೊಡಗಿದಳು.

ಅಷ್ಟರಲ್ಲಿ ತೊಟ್ಟಿ ಮನೆಯ ಮುಖ್ಯ ಬಾಗಿಲು ನಿಧಾನವಾಗಿ ತೆರೆಯಿತು. ಒಳಗೆ ಬಂದವನು ರಾಜೇಶ್ ಶರ್ಮಾ.ಅವನ ಕೈಯಲ್ಲಿ ಅದೇ ಕತ್ತಿ ಮಿನುಗುತ್ತಿತ್ತು. ಅವನ ಮುಖದಲ್ಲಿದ್ದ ರೋಷವನ್ನು ನೋಡಿ ಈಶಗೆ ಉಸಿರೇ ನಿಂತಂತಾಯಿತು.

ರಾಜೇಶ್ ಶರ್ಮಾ ನಿಧಾನವಾಗಿ ಅವಳ ಕಡೆ ನಡೆಯತೊಡಗಿದನು. ಇನ್ನೇನು ಕತ್ತಿಯನ್ನು ಎತ್ತಬೇಕು ಅನ್ನುವಷ್ಟರಲ್ಲಿ –

"ನಿಲ್ಲು."

ಗುಂಜಿ ಅಜ್ಜಿ ಗಟ್ಟಿಯಾಗಿ ಹೇಳಿದಳು. ರಾಜೇಶ್ ಶರ್ಮಾ ತಕ್ಷಣ ನಿಂತನು.

"ಅಕ್ಕ..." ಎಂದು ಗಂಭೀರ ಧ್ವನಿಯಲ್ಲಿ ಕೇಳಿದನು,
" ಇನ್ನು ಯಾವ ಕಾರಣಕ್ಕೆ ಕಾಯ್ತಿದ್ದೀವಿ?"

ನೀರಾ ಮತ್ತು ಆದ್ಯಂತ್ ಒಟ್ಟಿಗೆ ಮುಂದೆ ಬಂದರು.

"ಸಾಯೋ ಮುಂಚೆ ಸತ್ಯ ಗೊತ್ತಾಗಲಿ..." ಎಂದು ಆದ್ಯಂತ್ ಹೇಳಿದನು. "ಅವಳ ಕುಟುಂಬ ಮಾಡಿದ ಪಾಪ ಏನು ಅಂತ ತಿಳ್ಕೊಳ್ಳಲಿ..." ಎಂದು ನೀರಾ ಸೇರಿಸಿದಳು.

ಈಶ ಕಣ್ಣೀರಿನಿಂದ ನಡುಗುತ್ತಿದ್ದಳು.

"ನೀವು ಏನು ಮಾತಾಡ್ತಿದ್ದೀರಾ? ನಿಮಗೆ ಏನಾಯ್ತು? ಯಾರು ನಿಮಗೆ ಈ ರೀತಿ ಮಾಡಿದ್ದು?" ಎಂದು ಅಳುತ್ತಾ ಕೇಳಿದಳು.

ಅವಳು ಹಗ್ಗದಿಂದ ಬಿಡಿಸಿಕೊಳ್ಳಲು ಪ್ರಯತ್ನಿಸುತ್ತಿದ್ದಳು.

"ಸಾಕು!" ಎಂದು ನೀರಾ ಗಟ್ಟಿಯಾಗಿ ಕೂಗಿದಳು.

"ನಮ್ಮವರೇ ನಮಗೆ ಮೋಸ ಮಾಡಿದ್ರೆ ಹೇಗಿರುತ್ತೆ ಗೊತ್ತಾ? ಆ ನೋವನ್ನು ನನ್ನ ಅಮ್ಮ ಇಷ್ಟು ವರ್ಷ ಅನುಭವಿಸಿದ್ದಾಳೆ!" ಅವಳು ಗುಂಜಿ ಅಜ್ಜಿಯ ಕಡೆ ತಿರುಗಿ,
"ಅಲ್ವಾ ಅಮ್ಮ?" ಎಂದು ಕೇಳಿದಳು.

ಈಶ ಬೆಚ್ಚಿಬಿದ್ದಳು.

"ಏನು...? ಈ... ಈ ಅಜ್ಜಿ... ನಿನ್ನ ಅಮ್ಮನಾ?"

ಆದ್ಯಂತ್ ಮುಂದೆ ಬಂದನು.

"ಹೌದು.

ನಮ್ಮ ಅಮ್ಮ. ನಿಮ್ಮ ಕುಟುಂಬದ ದ್ರೋಹದಿಂದ ಈ ಸ್ಥಿತಿಗೆ ಬಂದ ಅಮ್ಮ."

"ನಮ್ಮ ಕುಟುಂಬ?" ಎಂದು ಈಶ ಗಾಬರಿಯಿಂದ ಕೇಳಿದಳು.

"ನನಗೆ ಏನೂ ಅರ್ಥ ಆಗ್ತಿಲ್ಲ..."

ಗುಂಜಿ ಅಜ್ಜಿ ನಿಧಾನವಾಗಿ ನಕ್ಕಳು.

"ಅರ್ಥ ಆಗುತ್ತೆ... ಇವತ್ತು ಎಲ್ಲವೂ ಅರ್ಥ ಆಗುತ್ತೆ..."

ಇದೇ ಸಮಯದಲ್ಲಿ ಗುಂಜಿ ಅಜ್ಜಿ ಮನೆಯ ಹಿಂಭಾಗದಲ್ಲಿದ್ದ ಗುಪ್ತ ಕೋಣೆಯಲ್ಲಿ ಅಹಲ್ಯ ಪ್ರಜ್ಞೆ ಪಡೆದಳು. ತಲೆ ನೋವಿನಿಂದ ಕಣ್ಣು ತೆರೆದುಕೊಳ್ಳಲು ಕೂಡ ಕಷ್ಟವಾಗುತ್ತಿತ್ತು.ಅವಳ ಪಕ್ಕದಲ್ಲಿ ಇಬ್ಬರು ಕುಳಿತಿದ್ದರು. ರಾಮಪ್ಪ. ಮತ್ತು ಸೌರಭ್.

"ಅಹಲ್ಯ..." ಎಂದು ಸೌರಭ್ ನಿಧಾನವಾಗಿ ಕರೆಯಿದನು.

"ನೀನು ಸರಿಯಾ?"

ಅಹಲ್ಯ ಸುತ್ತಲೂ ನೋಡಿದಳು.

"ನಾವು... ಇಲ್ಲಿ ಹೇಗೆ ಬಂದ್ವಿ?"

ಸೌರಭ್ ಆಳವಾಗಿ ಉಸಿರೆಳೆದನು.

"ನಾನು ಪೇಪರ್ಸ್ ಚೆಕ್ ಮಾಡಿದೆ. ಅವು ನಕಲಿ.

ಆಸ್ತಿ ಈಶ ಹೆಸರಲ್ಲಿರಲಿಲ್ಲ."

ಅಹಲ್ಯ ಬೆಚ್ಚಿಬಿದ್ದಳು.

"ಹಾಗಾದ್ರೆ?"

"ಅದರೊಳಗೆ ಈ ಹೆಸರುಗಳು ಇದ್ದವು...ನೀರಾ,ಆದ್ಯಂತ್, ಗುಂಜಿ ಮತ್ತು

ಕಂಠಿ.."

" ಇವರೆಲ್ಲರ ಮಧ್ಯೆ ಏನು ಸಂಬಂಧ?" ಎಂದು ಅಹಲ್ಯ ಆತುರದಿಂದ

ಕೇಳಿದಳು.

ಸೌರಭ್ ನಿಧಾನವಾಗಿ ಹೇಳಿದನು:

" ನೀರ, ಅದ್ಯಂತ್ ಗುಂಜಿ ಮಕ್ಕಳು."

ಅಹಲ್ಯಗೆ ಮಾತೇ ಬಂದಿಲ್ಲ.

"ನಿನ್ನೆ ನೀರಾ ಪೇಪರ್ ತೆಗೆದುಕೊಳ್ಳೋಕೆ ಬಂದಿದ್ಲು. ನಾನು ಪ್ರಶ್ನೆ ಕೇಳಿದೆ. ಆಗ ಅವಳು ನಗ್ತಾ – 'ಗೊತ್ತಾಯ್ತಾ? ಒಳ್ಳೇದು' ಅಂದು ನನ್ನ ತಲೆಗೆ ಜೋರಾಗಿ ಹೊಡೆದಳು..."

ರಾಮಪ್ಪ ಕೂಡ ಮಾತನಾಡಲು ಆರಂಭಿಸಿದನು.

"ನಾನು ಓದುತ್ತಿದ್ದ ಹಳೆಯ ಪುಸ್ತಕದಲ್ಲಿ ಈ ಸಾಲು ಇತ್ತು – 'ನಿನ್ನೊಳ್ ಉಸುರಂ ಸುಟ್ಟು...ನೀವು ಅದನ್ನು ಕೇಳಿ ಆಶ್ಚರ್ಯಪಟ್ಟಿದ್ರಿ. ಅದಕ್ಕಾಗಿ ನಿಮ್ಮ ಜೊತೆ ಮಾತಾಡೋಣ ಅಂತ ಯೋಚಿಸಿದೆ. ಆದ್ರೆ ಮಧ್ಯಾಹ್ನಕ್ಕೇ ನಿಮ್ಮ ಗೆಳೆಯರು ಬಂದು ನನ್ನ ಮೇಲೆ ದಾಳಿ ಮಾಡಿದರು. ನನ್ನ ಕೋಣೆಯಲ್ಲಿ ಏನೇನೋ ಇಟ್ಟು ನನ್ನನ್ನೇ ತಪ್ಪಿತಸ್ಥನನ್ನಾಗಿಸೋಕೆ ಯತ್ನಿಸಿದರು..."

ಅಹಲ್ಯ ನಿಧಾನವಾಗಿ ಎಲ್ಲವನ್ನು ಜೋಡಿಸಲು ಆರಂಭಿಸಿದಳು.

ತೊಟ್ಟಿ ಮನೆ

"ಅಂದ್ರೆ... ರಾಮಪ್ಪ ನಿರಪರಾಧಿ..."

ಸೌರಭ್ ತಕ್ಷಣ ಹೇಳಿದನು:

"ಈ ಆಟದ ಹಿಂದೆ ಇನ್ನೊಬ್ಬರಿದ್ದಾರೆ."

ಅಲ್ಲೇ ಇದ್ದ ಚಿಕ್ಕ ಕಿಟಕಿಯಿಂದ ಹೊರಗೆ ಮೋಹಿನಿ ಅಟ್ಟಂ ನಾದ ಕೇಳಿಬರುತ್ತಿತ್ತು. ಡೊಳ್ಳಿನ ಸದ್ದು. ಗೆಜ್ಜೆಯ ನಾದ.ಅಹಲ್ಯ ಏಕಾಏಕಿ ಎದ್ದಳು.

"ಈಶ! ಅವಳು ಅಪಾಯದಲ್ಲಿದ್ದಾಳೆ !!.."

ಅವಳ ಮುಖ ಬದಲಾಗಿತ್ತು.

"ಅವಳು ಈಗ ತೊಟ್ಟಿ ಮನೆಯಲ್ಲಿರ್ಬೋದು!ಆದ್ರೆ ನಾವು ಇಲ್ಲಿಂದ ಹೊರಗೆ ಹೋಗೋದು ಹೇಗೆ?" ಎಂದು ರಾಮಪ್ಪ ಕೇಳಿದನು.

ಅಹಲ್ಯ ಕ್ಷಣಕಾಲ ಯೋಚಿಸಿದಳು.

ನಂತರ ಸೌರಭ್ ಕಡೆ ತಿರುಗಿ:

"ನಿನ್ನ ಮೊಬೈಲ್ ಇದೆಯಾ?"

"ಇದೆ..."

ತೊಟ್ಟಿ ಮನೆ

"ತಕ್ಷಣ ಪೊಲೀಸರಿಗೆ ಲೊಕೇಶನ್ ಕಳಿಸು.

ನಮ್ಮ ಹೆಸರುಗಳನ್ನೂ ಹಾಕು.

ತೊಟ್ಟಿ ಮನೆ ಅಂತ ಸ್ಪಷ್ಟವಾಗಿ ಬರೆ."

ಸೌರಭ್ ತಕ್ಷಣ ಫೋನ್ ತೆಗೆದುಕೊಂಡನು.

ಅಹಲ್ಯ ಕಣ್ಣುಗಳಲ್ಲಿ ಈಗ ಭಯ ಇರಲಿಲ್ಲ. ಕೋಪ ಇತ್ತು. "ಇವತ್ತು ಈ ಎಲ್ಲ ಭಯಕ್ಕೂ ಅಂತ್ಯ ಮಾಡೋಣ..."

ಇತ್ತ ನೀರಾ ಮತ್ತು ಆದ್ಯಂತ್ ಒಬ್ಬರ ಮುಖವನ್ನು ಒಬ್ಬರು ನೋಡಿಕೊಂಡರು. ತೊಟ್ಟಿ ಮನೆಯ ಒಳಗಿದ್ದ ಆ ಕತ್ತಲೆ ಕೋಣೆಯಲ್ಲಿ ಬೆಂಕಿಯ ಜ್ವಾಲೆಗಳು ಗೋಡೆಗಳ ಮೇಲೆ ವಿಚಿತ್ರ ನೆರಳುಗಳನ್ನು ಮೂಡಿಸುತ್ತಿದ್ದವು. ಗುಂಜಿ ಅಜ್ಜಿ ತನ್ನ ಗೆಜ್ಜೆಯ ನಾದಕ್ಕೆ ನಿಧಾನವಾಗಿ ಹೆಜ್ಜೆ ಹಾಕುತ್ತಿದ್ದಳು. ರಾಜೇಶ್ ಶರ್ಮಾ ಕೈಯಲ್ಲಿದ್ದ ಕತ್ತಿಯ ತುದಿ ಬೆಂಕಿಯ ಬೆಳಕಿಗೆ ಮಿನುಗುತ್ತಿತ್ತು.

ಆದ್ಯಂತ್ ನಿಧಾನವಾಗಿ ಈಶಾಳ ಎದುರಿಗೆ ಬಂದು ನಿಂತ

"ಈಗ ಕೇಳು... ನಿನ್ನ ಕುಟುಂಬದವರು ಮಾಡಿದ ಪಾಪದ ಕಥೆ."

ತೊಟ್ಟಿ ಮನೆ

ನೀರಾಳ ಕಣ್ಣುಗಳು ಕೋಪದಿಂದ ಕೆಂಪಾಗಿದ್ದವು. ಅವಳು ಆಳವಾದ ಉಸಿರು ತೆಗೆದುಕೊಂಡು ಕಥೆಯನ್ನು ಆರಂಭಿಸಿದಳು.

ಅಧ್ಯಾಯ ೬ : ಅಗ್ನಿ ಸಾಕ್ಷಿ

ವರ್ಷಗಳ ಹಿಂದೆ ಶಿವಮೊಗ್ಗದ ದಟ್ಟ ಕಾಡುಗಳ ಮಧ್ಯೆ, ಮಂಜಿನಿಂದ ಮಸುಕಾದ ಬೆಟ್ಟಗಳ ಆಚೆ, ಒಂದು ಪುಟ್ಟ ಮನೆಯಿತ್ತು. ಆ ಮನೆಯ ಹೆಸರೇ – ತೊಟ್ಟಿ ಮನೆ. ಅದು ದೊಡ್ಡ ಅರಮನೆ ಅಲ್ಲ... ಶ್ರೀಮಂತರ ಬಂಗಲೆ ಅಲ್ಲ... ಆದರೆ ಅಲ್ಲಿ ವಾಸಿಸುತ್ತಿದ್ದವರ ಹೃದಯ ಮಾತ್ರ ದೊಡ್ಡದು.

ಆ ಮನೆಯಲ್ಲಿ ನಮ್ಮ ಅಮ್ಮ ಗುಂಜಿ ತನ್ನ ತಂದೆ-ತಾಯಿ ಮತ್ತು ತಮ್ಮ ರಾಜೇಶ್ ಜೊತೆ ಬದುಕುತ್ತಿದ್ದಳು. ಕೆಳವರ್ಗದ ಕುಟುಂಬ ಎಂಬ ಕಾರಣಕ್ಕೆ ಊರಿನವರು ಅವರನ್ನು ಕೀಳಾಗಿ ನೋಡುತ್ತಿದ್ದರು. ಆದರೆ ಗುಂಜಿಗೆ ಆ ಅವಮಾನಗಳೆಲ್ಲ ಹೊಸದಲ್ಲ. ಅವಳಿಗೆ ಒಂದೇ ನಂಬಿಕೆ – ತನ್ನ ನೃತ್ಯ.

ಗುಂಜಿ ಸಾಮಾನ್ಯ ಹೆಂಗಸು ಅಲ್ಲ. ಅವಳು ನೃತ್ಯದಲ್ಲಿ ಅಪರೂಪದ ಪ್ರತಿಭೆ ಹೊಂದಿದ್ದಳು. ಹಳ್ಳಿಯಿಂದ ಹಳ್ಳಿಗೆ ಹೋಗಿ ನೃತ್ಯ ಪ್ರದರ್ಶನ ನೀಡುತ್ತಿದ್ದಳು. ಮಕ್ಕಳು, ಯುವತಿಯರಿಗೆ ನೃತ್ಯ ಕಲಿಸುತ್ತಿದ್ದಳು. ತನ್ನ ಪರಿಶ್ರಮದಿಂದ ಹಣ ಸಂಪಾದಿಸಿ, ತನ್ನ ಕನಸಿನ ಮನೆಯನ್ನೇ ಕಟ್ಟಿದ್ದಳು –

ತೊಟ್ಟಿ ಮನೆ

ತೊಟ್ಟಿ ಮನೆ.ಆ ಮನೆಯ ಅಂಗಳದಲ್ಲಿ ಪ್ರತೀ ಸಂಜೆ ಗೆಜ್ಜೆನಾದ ಮೊಳಗುತ್ತಿತ್ತು. ಗುಂಜಿ ನೃತ್ಯ ಮಾಡುತ್ತಿದ್ದಳು... ರಾಜೇಶ್ ವಾದ್ಯ ಬಾರಿಸುತ್ತಿದ್ದ... ಅವಳ ತಂದೆ ರಾಗ ಹಿಡಿಯುತ್ತಿದ್ದ... ಅಮ್ಮ ದೀಪ ಹಚ್ಚಿ ದೇವರ ಮುಂದೆ ಕುಳಿತು ನಗುತ್ತಿದ್ದಳು...

ಅದು ಬಡತನದ ಮನೆ ಆಗಿದ್ದರೂ ಸಂತೋಷದಿಂದ ತುಂಬಿದ ಮನೆ. ಒಮ್ಮೆ ಗುಂಜಿಗೆ ಅಲ್ಲೋಲ ಪ್ಯಾಲೇಸ್‌ನ ಗುರುಕುಲದಿಂದ ಕರೆ ಬಂತು. ಅಲ್ಲಿ ಜಮೀನ್ದಾರ ಶ್ಯಾಮಲ್ ಗುಪ್ತನ ಕುಟುಂಬದ ಹುಡುಗಿಯರಿಗೆ ನೃತ್ಯ ಕಲಿಸಬೇಕಾಗಿತ್ತು.

ಅಲ್ಲೋಲ ಪ್ಯಾಲೇಸ್...ಅದು ಸಾಮಾನ್ಯ ಮನೆ ಅಲ್ಲ. ನೂರಾರು ಎಕರೆ ಜಮೀನು, ದಾಸ-ದಾಸಿಯರು, ಕುದುರೆ ಕೊಠಡಿಗಳು, ದೊಡ್ಡ ದೊಡ್ಡ ಸಭಾಂಗಣಗಳು – ಶಿವಮೊಗ್ಗದಲ್ಲೇ ಅತಿ ಪ್ರಭಾವಶಾಲಿ ಮನೆತನ. ಅದರ ಒಡೆಯ ಶ್ಯಾಮಲ್ ಗುಪ್ತ. ಅವನ ಮಾತೇ ಕಾನೂನು ಎಂದು ಊರು ನಂಬುತ್ತಿದ್ದ ಕಾಲ. ಶ್ಯಾಮಲ್ ಗುಪ್ತನಿಗೆ ಇಬ್ಬರು ಮಕ್ಕಳು – ಹಿರಿಯವನಾದ ಕಂಠಿ ಗುಪ್ತ ಮತ್ತು ಕಿರಿಯ ಸದಾಶಿವ ಗುಪ್ತ. ಜೊತೆಗೆ ಮದುವೆಯಾಗಿ ಬೇರೆ ಊರಿಗೆ ಹೋದ ಮಗಳು ನವಮಿ ಅವಳಿಗೆ ಚಿಕ್ಕವಯಸ್ಸಿನಲ್ಲೇ ಮದುವೆ ಮಾಡಿದ್ದರು. ಅವಳಿಗೊಬ್ಬಳು ಮಗಳಿದ್ದಳು ಹೆಸರು ನಳಿನಿ.

ತೊಟ್ಟಿ ಮನೆ

ಕಂಠಿ ಗುಪ್ತ ಸ್ವಭಾವದಲ್ಲಿ ಬೇರೆಯವನು. ಅಧಿಕಾರಕ್ಕಿಂತ ಮನುಷ್ಯತ್ವವನ್ನು ನಂಬುತ್ತಿದ್ದವನು. ಮೊದಲ ಬಾರಿ ಗುಂಜಿಯ ನೃತ್ಯ ನೋಡಿದ ಕ್ಷಣದಿಂದಲೇ ಅವಳ ಮೇಲೆ ಮನಸೋತ. ಆ ನೃತ್ಯದಲ್ಲಿ ಅವನು ಕಂಡದ್ದು ಕೇವಲ ಕಲೆ ಅಲ್ಲ... ಒಂದು ಜೀವಂತ ಆತ್ಮ. ದಿನಗಳು ಕಳೆದವು. ನೃತ್ಯ ಕಲಿಸುವ ನೆಪದಲ್ಲಿ ಮಾತುಗಳು ಆರಂಭವಾದವು. ಮಾತುಗಳು ಸ್ನೇಹವಾದವು. ಸ್ನೇಹ ಪ್ರೀತಿಯಾಗಿ ಬದಲಾಗಿತು.

<u>ತೊಟ್ಟಿ ಮನೆ</u>

ತೊಟ್ಟಿ ಮನೆ

ಒಂದು ದಿನ ಯಾರ ಅನುಮತಿಯನ್ನೂ ಕೇಳದೆ, ಯಾರನ್ನೂ ಪರಿಗಣಿಸದೆ, ಕಂಠಿ ಗುಂಜಿಯ ಕುತ್ತಿಗೆಗೆ ತಾಳಿ ಕಟ್ಟಿದ. ಗುಂಜಿಗೆ ಮೊದಲಿಗೆ ಆಘಾತವಾಯಿತು. ಆದರೆ ಅವಳಿಗೂ ಕಂಠಿಯ ಮೇಲೆ ಪ್ರೀತಿ ಇತ್ತು. ಅದಕ್ಕಾಗಿ ಆ ಮದುವೆಯನ್ನು ಸ್ವೀಕರಿಸಿದಳು.

ಆದರೆ ಶ್ಯಾಮಲ್ ಗುಪ್ತ ಆ ಮದುವೆಯನ್ನು ಒಪ್ಪಲಿಲ್ಲ.

"ನಮ್ಮ ಮನೆತನದವನು ಕೆಳವರ್ಗದ ಹುಡುಗಿಯನ್ನು ಮದುವೆಯಾಗಿದ್ದಾನೆ?" ಎಂದು ಕೋಪದಿಂದ ಅರಚಿದ. ಕೇವಲ ಅದಲ್ಲ... ತನ್ನ ಅನುಮತಿ ಇಲ್ಲದೆ ಮದುವೆಯಾಗಿದ್ದುದೂ ಅವನ ಅಹಂಕಾರಕ್ಕೆ ಹೊಡೆತವಾಗಿತ್ತು. ಅದೇ ದಿನ ಕಂಠಿಯನ್ನು ಅಲ್ಲೋಲ ಪ್ಯಾಲೇಸ್‌ನಿಂದ ಹೊರಹಾಕಲಾಯಿತು. ಕಂಠಿ ಯಾವುದಕ್ಕೂ ಪ್ರತಿಯಾಗಿ ಮಾತಾಡಲಿಲ್ಲ. ತನ್ನ ಹೆಂಡತಿಯ ಕೈ ಹಿಡಿದು ತೊಟ್ಟಿ ಮನೆಗೆ ಬಂದ. ಈಗ . ಗುಂಜಿ, ಕಂಠಿ, ರಾಜೇಶ್ ಶರ್ಮಾ, ಅಜ್ಜಿ-ತಾತ ಎಲ್ಲರೂ ಒಂದೇ ಮನೆಯಡಿ ಬದುಕುತ್ತಿದ್ದರು.

ಅಲ್ಲೋಲ ಪ್ಯಾಲೇಸ್‌ನಿಂದ ಹೊರಹಾಕಲ್ಪಟ್ಟಿದ್ದರೂ ಕಂಠಿಗೆ ಯಾವುದೇ ವಿಷಾದ ಇರಲಿಲ್ಲ. ಯಾಕೆಂದರೆ ಅವನಿಗೆ ದೊರೆತಿದ್ದದ್ದು ಪ್ರೀತಿ. ತೊಟ್ಟಿ ಮನೆಯ

ತೊಟ್ಟಿ ಮನೆ

ಅಂಗಳದಲ್ಲಿ ಗುಂಜಿ ನೃತ್ಯ ಮಾಡುತ್ತಿದ್ದರೆ, ಕಂಠಿ ಅವಳತ್ತ ನಗುತ್ತಾ ನೋಡುತ್ತಿದ್ದ. ರಾಜೇಶ್ ಶರ್ಮಾ ತಾಳಮದ್ದಲೆ ಬಾರಿಸುತ್ತಿದ್ದ.

ಅದೇ ಮನೆಯ ಗೋಡೆಯ ಮೇಲೆ ಒಂದು ವಿಶೇಷ ಚಿಹ್ನೆ ಇತ್ತು – ಸರ್ಪದ ಸುತ್ತಲೂ ಜ್ವಾಲೆಯಂತೆ ವಿನ್ಯಾಸಗೊಂಡ ಗುರುತು. ಅದು ಗುಂಜಿಯ ತಾಯಿಯ ಕುಟುಂಬದ ಗುರುತು. ಪ್ರತೀ ಹಬ್ಬದ ದಿನ ಗುಂಜಿ ಅದರ ಮುಂದೆ ದೀಪ ಹಚ್ಚಿ ನೃತ್ಯ ಮಾಡುತ್ತಿದ್ದಳು.

ಆ ಸಮಯದಲ್ಲಿ ಗುಂಜಿಗೆ ಅವಳಿ ಮಕ್ಕಳಾದರು ನೀರಾ ಮತ್ತು ಆದ್ಯಂತ್ ಅಂದರೆ ನಾವು ಜನಿಸಿದ್ದೆವು. ಆ ಕಡೆ ಅಲ್ಲೋಲ ಪ್ಯಾಲೇಸ್‌ನಲ್ಲಿ ಅದೇ ಸಮಯದಲ್ಲಿ ಸದಾಶಿವ ಗುಪ್ತ ಮತ್ತು ಮಹೇಶ್ವರಿಗೆ ಹೆಣ್ಣು ಮಗು ಜನಿಸಿತ್ತು. ಅವಳೇ... ನೀನು, ಈಶಾ. ಈಶಾಳ ಕಣ್ಣುಗಳು ನಡುಗಿದವು. ಅವಳ ಉಸಿರು ವೇಗವಾಗತೊಡಗಿತು. ಮೂರು ಮಕ್ಕಳ ಜನನದ ನಂತರ ಎರಡು ಕುಟುಂಬಗಳ ಬದುಕು ಬೇರೆ ದಿಕ್ಕಿಗೆ ತಿರುಗಿತು.

ಒಂದು ವರ್ಷದ ನಂತರ...ಗುಂಜಿ ಮತ್ತೆ ಗರ್ಭಿಣಿಯಾಗಿದ್ದಳು.ಆ ಸಮಯದಲ್ಲಿ ರಾಜ್ಯದಲ್ಲಿ ವಿಚಿತ್ರ ರೋಗ ಹರಡಿತ್ತು. ಬೆಳೆ ಬರಲಿಲ್ಲ. ಜನರಲ್ಲಿ ಭಯ. ಊರಲ್ಲಿ ಮೂಢನಂಬಿಕೆಗಳು ಹೆಚ್ಚಾಗುತ್ತಿದ್ದವು. ಶ್ಯಾಮಲ್ ಗುಪ್ತನ ಮನಸ್ಸು

ನಿಧಾನವಾಗಿ ಕ್ರೂರತೆಯ ಕಡೆ ತಿರುಗತೊಡಗಿತು ."ನಮ್ಮ ಮನೆತನದವನು ಕೆಳವರ್ಗದ ಹೆಂಗಸನ್ನು ಮದುವೆಯಾದದ್ದರಿಂದಲೇ ಈ ಶಾಪ" ಎಂದು ಜನರ ಕಿವಿಗೆ ಸುರಿಯತೊಡಗಿದ.ಜನರೂ ಅದನ್ನೇ ನಂಬಿದರು.

ಒಂದು ರಾತ್ರಿ ಭಾರೀ ಮಳೆ ಸುರಿಯುತ್ತಿತ್ತು. ಗುಂಜಿಗೆ ಹೆರಿಗೆ ನೋವು ಶುರುವಾಯಿತು. ಆದ್ದರಿಂದ ಗುಂಜಿ, ಅವಳ ತಾಯಿ, ಚಿಕ್ಕ ನೀರಾ ಮತ್ತು ರಾಜೇಶ್ ಶರ್ಮಾ ಹತ್ತಿರದ ಊರಿನ ದಾಯಮ್ಮನ ಮನೆಗೆ ತೆರಳಿದರು. ಆದ್ಯಂತ್ ಕೂಡ ಅವರ ಜೊತೆಗಿದ್ದ. ಆ ರಾತ್ರಿ... ಗುಂಜಿಗೆ ಮಗಳು ಹುಟ್ಟಿದಳು. ಪುಟ್ಟ ಮಗು. ಗುಂಜಿ ಅವಳಿಗೆ "ಖುಷಿ" ಎಂದು ಹೆಸರು ಇಟ್ಟಳು.

"ಈ ಮನೆಗೆ ಮತ್ತಷ್ಟು ಖುಷಿಯಾಗಿ ಬಂದಿದ್ದಾಳೆ..." ಎಂದು ಕಂಠಿ ಸಂತೋಷದಿಂದ ಹೇಳಿದ್ದ. ಎರಡು ದಿನಗಳ ಕಾಲ ತೊಟ್ಟಿ ಮನೆ ಹಬ್ಬದ ಮನೆಯಂತಿತ್ತು. ಗುಂಜಿ ತನ್ನ ಪುಟ್ಟ ಮಗುವನ್ನು ಎದೆಗೆ ಹಚ್ಚಿಕೊಂಡು ನಗುತ್ತಿದ್ದಳು. ನೀರಾ ಮತ್ತು ಆದ್ಯಂತ್ ತಮ್ಮ ತಂಗಿಯ ಸುತ್ತ ತಿರುಗುತ್ತಿದ್ದರು. ರಾಜೇಶ್ ಶರ್ಮಾ ಮುದ್ದಾಡುತ್ತಿದ್ದ.

ಆದರೆ ಅದೇ ಸಮಯದಲ್ಲಿ ಶ್ಯಾಮಲ್ ಗುಪ್ತ ತನ್ನ ಅಂತಿಮ ನಿರ್ಧಾರ ತೆಗೆದುಕೊಂಡಿದ್ದ.

ತೊಟ್ಟಿ ಮನೆ

"ಆ ಮನೆ ಇರುವಾಗ ನಮ್ಮ ಮನೆತನಕ್ಕೆ ಶಾಂತಿ ಬರಲ್ಲ."

ಒಂದು ಮಳೆಗಾಲದ ರಾತ್ರಿ...ಜನರನ್ನು ಕರೆದುಕೊಂಡು ತೊಟ್ಟಿ ಮನೆಯತ್ತ ಹೊರಟ. ಆ ಸಮಯದಲ್ಲಿ ಗುಂಜಿ, ನೀರಾ, ಆದ್ಯಂತ್ ಮತ್ತು ರಾಜೇಶ್ ಬೇರೆ ಊರಿಗೆ ನೃತ್ಯ ಕಾರ್ಯಕ್ರಮಕ್ಕೆ ತೆರಳಿದ್ದರು. ಗುಂಜಿಯ ತಾಯಿ ಆರೋಗ್ಯ ಸರಿಯಿರದ ಕಾರಣ ಮನೆಯಲ್ಲೇ ಉಳಿದಿದ್ದಳು. ಕಂಠಿ ಮತ್ತು ಪುಟ್ಟ ಖುಷಿ ಕೂಡ ಮನೆಯಲ್ಲೇ ಇದ್ದರು. ದೂರದಲ್ಲಿ ಜನರ ಗದ್ದಲ ಕೇಳಿಸಿತು. ಅದಾದ ಕೆಲವೇ ಕ್ಷಣಗಳಲ್ಲಿ– ತೊಟ್ಟಿ ಮನೆಗೆ ಬೆಂಕಿ ಹತ್ತಿಸಲಾಯಿತು. ಆ ಬೆಂಕಿ ಭಯಾನಕವಾಗಿ ಹೊತ್ತಿ ಉರಿಯುತ್ತಿತ್ತು.

ದೂರದಿಂದ ಓಡಿ ಬಂದ ಗುಂಜಿ ಕಿರುಚಿದಳು.

"ಕಂಠಿ.. ಅಮ್ಮ.. ಅಪ್ಪ...ಪುಟ್ಟಿ....!"

ಆದರೆ ಯಾರಿಗೂ ಕರುಣೆ ಹುಟ್ಟಲೇ ಇಲ್ಲ. ಬದಲಾಗಿ ಅವರನ್ನು ಒಳಗೆ ತಳ್ಳಲು ಪ್ರಯತ್ನಿಸಿದರು. ಆದರೆ ರಾಜೇಶ್ ಶರ್ಮಾ ಅವರೆಲ್ಲರ ಕೈ ಹಿಡಿದು ದೂರಕ್ಕೆ ಕರೆದುಕೊಂಡು ಹೋದ.

ತೊಟ್ಟಿ ಮನೆ

ಆ ಬೆಂಕಿಯೊಳಗೆ– ಕಂಠಿ, ಗುಂಜಿಯ ತಂದೆ-ತಾಯಿ, ಮತ್ತು ಐದು ತಿಂಗಳ ಪುಟ್ಟ ಖುಷಿ...ಎಲ್ಲರೂ ಸುಟ್ಟು ಕರಕಲಾಗಿದ್ದರು. ಆ ಕ್ಷಣದಲ್ಲಿ ಗುಂಜಿಯ ಮನಸ್ಸು ಒಡೆದುಹೋಯಿತು. ಅವಳು ನೆಲದ ಮಣ್ಣನ್ನು ತನ್ನ ತಲೆಯ ಮೇಲೆ ಎರಚಿಕೊಂಡು ಕಿರುಚುತ್ತಿದ್ದಳು. ನೀರಾ ಮತ್ತು ಆದ್ಯಂತ್ ಚಿಕ್ಕವರಾಗಿದ್ದರು. ಅವರಿಗೆ ಏನಾಗುತ್ತಿದೆ ಅನ್ನೋದೇ ಅರ್ಥವಾಗುತ್ತಿರಲಿಲ್ಲ. ರಾಜೇಶ್ ಶರ್ಮಾ ಕೋಪದಿಂದ ನಡುಗುತ್ತಿದ್ದ.

ಮಳೆ ಹೆಚ್ಚಾದ ಮೇಲೆ ಬೆಂಕಿ ನಿಧಾನವಾಗಿ ಆರಿತು. ಜನರು ಕೂಡ ತೆರಳಿದರು ನಂತರ ಮೆಲ್ಲನೆ ಗುಂಜಿ ಮತ್ತು ಅವರೆಲ್ಲರು ತೊಟ್ಟಿ ಮನೆಯ ಬಳಿ ಬಂದರು. ಅಲ್ಲಿ ಉಳಿದಿದ್ದು ಕೇವಲ ಕರಕಲಾದ ಗೋಡೆಗಳು... ಬೂದಿ... ಮತ್ತು ಹೊಗೆಯ ವಾಸನೆ. ಗುಂಜಿ ನಿಧಾನವಾಗಿ ಆ ಬೂದಿಯ ನಡುವೆ ನಡೆದುಹೋದಳು. ಅಲ್ಲಿ ತನ್ನ ಪುಟ್ಟ ಮಗಳ ಸುಟ್ಟ ಬೆಳ್ಳಿ ಗೆಜ್ಜೆಯ ತುಂಡು ಕಂಡಳು. ಅವಳು ಅದನ್ನು ಎತ್ತಿಕೊಂಡು ಎದೆಗೆ ಹಚ್ಚಿಕೊಂಡಳು.

<u>ತೊಟ್ಟಿ ಮನೆ</u>

ತೊಟ್ಟಿ ಮನೆ

ಅದೇ ಕ್ಷಣದಲ್ಲಿ ಅವಳ ಕಣ್ಣಿನ ಪ್ರೀತಿ ಸತ್ತುಹೋಯಿತು. ಉಳಿದಿದ್ದು ಕೇವಲ ಪ್ರತೀಕಾರ. ಅವಳು ಆಕಾಶದ ಕಡೆ ನೋಡಿ ಶಪಥ ಮಾಡಿದ್ದಳು–

"ನಿನ್ನೊಳ್ ಉಸುರಂ ಸುಟ್ಟು... ಎನ್ನ ಮುನಿಸಿನ ಪ್ರತೀಕಾರಮಂ ಗೆಯ್ವೆಂ.....ಪ್ರತೀಕಾರಮಂ ಗೆಯ್ವೆ... ಪ್ರತೀಕಾರಮಂ ಗೆಯ್ವೆ..." ಎಂದು ನಮ್ಮ ಅಮ್ಮ ನೂರಾರು ಬಾರಿ ಕಿರುಚುತ್ತಾ ಅಳುತ್ತಿದ್ದಳು.

ಆ ಕಣ್ಣೀರು ಸಾಮಾನ್ಯ ಕಣ್ಣೀರು ಅಲ್ಲ... ತನ್ನ ಕಣ್ಣೆದುರೇ ಗಂಡ, ಮಗು, ತಂದೆ-ತಾಯಿಯನ್ನು ಕಳೆದುಕೊಂಡ ಹೆಣ್ಣಿನ ರೋದನೆ. ಅವಳು ಕೊನೆಗೆ ಮೂರ್ಛೆ ಹೋಗಿಬಿದ್ದಳು.

ನನ್ನ ಮಾವ ರಾಜೇಶ್ ಶರ್ಮಾ ಎಷ್ಟು ಸಮಾಧಾನ ಮಾಡಲು ಪ್ರಯತ್ನಿಸಿದರೂ ಅವಳ ನೋವು ಕಡಿಮೆಯಾಗಲಿಲ್ಲ. ತೊಟ್ಟಿ ಮನೆಯ ಸುಟ್ಟ ಬೂದಿಯ ಮಧ್ಯೆ ಕುಳಿತುಕೊಂಡು ನಮ್ಮ ಅಮ್ಮ ಒಂದೇ ಮಾತು ಹೇಳುತ್ತಿದ್ದಳು–

"ಅಲ್ಲೋಲಾ ಪ್ಯಾಲೇಸ್ ನಾಶವಾಗಬೇಕು...!"

ಆ ರಾತ್ರಿ ನನ್ನ ಮಾವನ ಕಣ್ಣಲ್ಲೂ ಕಣ್ಣೀರು ಇರಲಿಲ್ಲ... ಇದ್ದದ್ದು ಕೇವಲ ಕೋಪ. ಅವನು ನೇರವಾಗಿ ಅಲ್ಲೋಲಾ ಪ್ಯಾಲೇಸ್ ಕಡೆ ಹೊರಟ.

ತೊಟ್ಟಿ ಮನೆ

ಆದರೆ ಅಷ್ಟರಲ್ಲಾಗಲೇ ಅಲ್ಲೊಂದು ಭಯಾನಕ ಸ್ಥಿತಿ ಉಂಟಾಗಿತ್ತು. ರಾಜ್ಯದಲ್ಲಿ ಹರಡಿದ್ದ ರೋಗ ಪ್ಯಾಲೇಸ್‌ನೊಳಗೂ ಪ್ರವೇಶಿಸಿತ್ತು. ಒಂದರ ಹಿಂದೆ ಒಂದು ಸಾವುಗಳು. ಸೇವಕರು ಓಡಿಹೋಗಿದ್ದರು. ದೊಡ್ಡ ಸಭಾಂಗಣಗಳು ಖಾಲಿಯಾಗಿದ್ದವು. ಮಹಾರಾಜ ಮಸಣದ ಕಡೆ ಇಗಾಗಲೇ ತೆರಳಿದ್ದ.ಒಮ್ಮೆ ನಗು ಕೇಳಿಸುತ್ತಿದ್ದ ಅರಮನೆ ಈಗ ಶವಮನೆಯಂತಾಗಿತ್ತು.

ಇಡೀ ಊರೇ ನಾಶದ ಅಂಚಿನಲ್ಲಿ ನಿಂತಿತ್ತು. ಅಲ್ಲಿ ಉಳಿದಿದ್ದದ್ದು ಒಂದೇ ಕುಟುಂಬ. ಸದಾಶಿವ ಗುಪ್ತ... ಅವನ ಹೆಂಡತಿ ಮಹೇಶ್ವರಿ... ಮತ್ತು ಅವರ ಪುಟ್ಟ ಮಗು. ಈಡಿ ರಾಜ್ಯ ಹೀಗಾಗಿರುವುದನ್ನು ನೋಡಿ ರಾಜೇಶನಿಗೆ ಖುಷಿಯಾಯಿತು " ಈ ಕುಟುಂಬ ನಮಗೆ ಮಾಡಿದ ಅನ್ಯಾಯಕ್ಕೆ ಒಳ್ಳೆ ಬೆಲೆ ತೀರಿಸಿದೆ.

ಆ ಸಮಯದಲ್ಲಿ ಮಹೇಶ್ವರಿ, ಸದಾಶಿವ , ನೀನು ಮಹೇಶ್ವರಿಯ ತವರು ಮನೆಯಲ್ಲಿ ಇದ್ದಳು. ಈ ಸುದ್ದಿ ತಿಳಿದ ತಕ್ಷಣ ರಾಜೇಶ್ ಶರ್ಮಾ ಕೋಪದಿಂದ ಅಲ್ಲಿಗೆ ನುಗ್ಗಿದ. ಅವನ ಕಣ್ಣಿಗೆ ಆಗ ಯಾರೂ ಮನುಷ್ಯರಂತೆ ಕಾಣಲಿಲ್ಲ.

ತೊಟ್ಟಿ ಮನೆಯ ಬೆಂಕಿಯಲ್ಲಿ ಸುಟ್ಟ ತನ್ನ ಭಾವ , ಅಪ್ಪ, ಅಮ್ಮನ ಮುಖ ಮಾತ್ರ ನೆನಪಾಗುತ್ತಿತ್ತು. ಕೋಪದ ಅಂಧಕಾರದಲ್ಲಿ ಅವನು ಸದಾಶಿವ ಮತ್ತು ಮಹೇಶ್ವರಿಯನ್ನು ಕೊಂದುಬಿಟ್ಟ.

ಆದರೆ... ಆ ಮನೆಯಲ್ಲಿದ್ದ ಒಬ್ಬ ವೃದ್ಧ ಸೇವಕ ಆ ಮಗುವನ್ನು ರಕ್ಷಿಸಿದ. ಅವನು ಯಾರ ಗಮನಕ್ಕೂ ಬಾರದೆ ಆ ಮಗುವನ್ನು ತೆಗೆದುಕೊಂಡು ಹೋಗಿ ಗುಪ್ತವಾಗಿ ಒಂದು ಆಶ್ರಮಕ್ಕೆ ಬಿಟ್ಟ..

ನೀರಾ ಕಣ್ಣೀರನ್ನು ಒರೆಸಿಕೊಂಡು ಮುಂದುವರಿಸಿದಳು.

“ಅದಾದ ಮೇಲೆ ನಮ್ಮ ಬದುಕು ಬದುಕೇ ಇರಲಿಲ್ಲ.”

ನಮ್ಮ ಅಮ್ಮನ ಮನಸ್ಥಿತಿ ಸಂಪೂರ್ಣ ಬದಲಾಗಿತ್ತು. ಅವಳನ್ನು ತೋರಿಸದ ಆಸ್ಪತ್ರೆ ಇರಲಿಲ್ಲ. ಆದರೆ ಯಾವ ಔಷಧಿಯೂ ಅವಳ ನೋವನ್ನು ಗುಣಪಡಿಸಲಿಲ್ಲ. ಹಗಲು ಮೌನವಾಗಿ ಕೂತಿರುತ್ತಿದ್ದಳು... ರಾತ್ರಿ ಬಂದರೆ ಗೆಜ್ಜೆ ಕಟ್ಟಿಕೊಂಡು ಅದೇ ಮೋಹಿನಿ ಅಟ್ಟಂ ನೃತ್ಯ ಮಾಡುತ್ತಿದ್ದಳು.

ಅದೇ ಸಾಲು... ಅದೇ ಶಪಥ...

“ನಿನ್ನೊಳ್ ಉಸುರಂ ಸುಟ್ಟು... ಎನ್ನ ಮುನಿಸಿನ ಪ್ರತೀಕಾರಮಂ ಗೆಯ್ವೆಂ...!”

ನಮ್ಮ ಮಾವ ರಾಜೇಶ್ ಶರ್ಮಾ ಕೊಲೆ ಪ್ರಕರಣದಲ್ಲಿ ಜೈಲು ಸೇರಿದರು. ಹೊರಗೆ ಬಂದ ನಂತರ ಅವರು ನಮ್ಮನ್ನು ಸಾಕಿದರು.

ತೊಟ್ಟಿ ಮನೆ

ನೀರಾಳನ್ನು ವಿದೇಶಕ್ಕೆ ಕಳಿಸಿದರು. ಆದ್ಯಂತ್ ಭಾರತದಲ್ಲೇ ಉಳಿದು ಅಮ್ಮನನ್ನು ನೋಡಿಕೊಂಡ.

ಆದರೆ ನಮ್ಮ ಬಾಲ್ಯ ಸಾಮಾನ್ಯವಾಗಿರಲಿಲ್ಲ. ನಾವು ಆಟವಾಡುತ್ತ ಬೆಳೆದಿಲ್ಲ... ಪ್ರತೀಕಾರ ಕೇಳುತ್ತ ಬೆಳೆದವರು.

ಪ್ರತಿದಿನ ನಮ್ಮ ಅಮ್ಮ ನಮಗೆ ಒಂದೇ ಕಥೆ ಹೇಳುತ್ತಿದ್ದಳು–

" ಅವರ ಕುಟುಂಬದವರಿಂದ ನಮ್ಮ ಕುಟುಂಬ ಸುಟ್ಟಿತು... ಒಂದು ದಿನ ಅವರ ಕೊನೆಯ ರಕ್ತವೂ ಅಳಬೇಕು...!"

ಅದೇ ಕಥೆ ಕೇಳುತ್ತಾ ಕೇಳುತ್ತಾ ನಮ್ಮ ಮನಸ್ಸು ಬದಲಾಗಿಬಿಟ್ಟಿತು. ದೊಡ್ಡವರಾದ ಮೇಲೆ ನಿನ್ನ ಸ್ಥಿತಿಯನ್ನು ತಿಳಿದೆವು. ಆದ್ದರಿಂದಲೇ ನಾವು ಪುರಾತತ್ವ ವಿಭಾಗಕ್ಕೆ ಸೇರಿದೆವು. ನಿನ್ನ ಹತ್ತಿರ ಬಂದೆವು. ಸ್ನೇಹ ಮಾಡಿದೆವು. ಇದೆಲ್ಲಾ ಯಾದೃಚ್ಛಿಕ ಅಲ್ಲ, ಈಶಾ!!

ನಿನ್ನನ್ನು ಅಲ್ಲೋಲಾ ಪ್ಯಾಲೇಸ್ ಕಡೆ ಕರೆತರುವುದು ನಮ್ಮ ಯೋಜನೆ.ನೀನು ಒಮ್ಮೆ ಮಲಗಿದ್ದಾಗ ನಿನ್ನ ಪೆಟ್ಟಿಗೆಯಲ್ಲಿದ್ದ ಅಲೋಲ ಪ್ಯಾಲೇಸ್

ನ ದಾಖಲೆಗಳನ್ನು ತೆಗೆದುಕೊಂಡು ತೊಟ್ಟಿ ಮನೆಯ ದಾಖಲೆ ಪತ್ರಗಳನ್ನು ಇಟ್ಟೆವು ಆಗ ನೀ ಇನ್ನು ಆ ಪೆಟ್ಟಿಗೆಯನ್ನು ತೆರೆದಿರಲಿಲ್ಲ. ನಿನ್ನ ಭೂತಕಾಲ ಹುಡುಕಬೇಕೆಂಬ ಕುತೂಹಲ ಹುಟ್ಟಿಸಿದ್ದು ಕೂಡ ನಮ್ಮದೇ ಕೆಲಸ .ನಿನ್ನನ್ನು ಬೇರೆ ಎಲ್ಲೂ ಅಲ್ಲ ಈ ತೊಟ್ಟಿ ಮನೆಗೆ ಕರೆದುಕೊಂಡು ಬಂದು ಕೊಲ್ಲಬೇಕೆಂಬುದೇ ನಮ್ಮ ಆಶಯ.ಅದಕ್ಕಾಗಿ ಈ ತೊಟ್ಟಿ ಮನೆ ನಿನಗೆ ಸೇರಿದೆ ಎಂದು ಅಲೋಲ ಪ್ಯಾಲೇಸ್ ಪ್ರಾಜೆಕ್ಟ್ ಅನ್ನು ಮಾಡಬೇಕಾದರೆ ನೀನು ಏನು ಬೇಕಾದರೂ ಮಾಡುತ್ತೀಯಾ ಎಂದು ತಿಳಿದಿದ್ದೆವು. ನಿನ್ನನ್ನು ಇಲ್ಲಿ ತರೋಕೆ ವರ್ಷಗಳ ಕಾಲ ಕಾಯುತ್ತಿದ್ದೆವು.

ಆದ್ಯಂತ್ ನಿಧಾನವಾಗಿ ಮುಂದೆ ಬಂದ.

“ಏನು ತಪ್ಪು ಮಾಡಿದಳು ನನ್ನ ಪುಟ್ಟ ತಂಗಿ ಖುಷಿ? ಇನ್ನು ಏನು ಅರಿಯದ ಮಗು ಮಾತ್ರ. ಅವಳನ್ನು ಸುಟ್ಟು ಸಾಯಬೇಕಿತ್ತಾ?” ಅವನ ಧ್ವನಿ ನಡುಗುತ್ತಿತ್ತು.

“ನಮ್ಮ ಅಪ್ಪ ಏನು ತಪ್ಪು ಮಾಡಿದ್ದ? ಪ್ರೀತಿಸಿದ್ದು ತಪ್ಪಾ?”

ಇಂದು ನನ್ನ ತಂಗಿ ಹಚ್ಚಿ ತಾತ ಅಪ್ಪ ಅನುಭವಿಸಿದ ನೋವನ್ನು ನೀನು ಅನುಭವಿಸುತ್ತೀಯಾ.

ತೊಟ್ಟಿ ಮನೆ

ಗುಂಜಿ ಅಜ್ಜಿ ನಿಧಾನವಾಗಿ ಎದ್ದು ನಿಂತಳು. ಅವಳ ಮುಖದಲ್ಲಿ ಕಣ್ಣೀರೂ ಇತ್ತು... ಕೋಪವೂ ಇತ್ತು.

"ಆ ಮೋಹಿನಿ ಅಟ್ಟಂ ನಡೆದ ದಿನವೇ ನನ್ನ ಬದುಕು ಸುಟ್ಟಿತ್ತು..." ಎಂದು ಅವಳು ಗರ್ಜಿಸಿದಳು.

"ಇಂದು ಮತ್ತೆ ಅದೇ ದಿನ... ಮತ್ತೆ ಅದೇ ರಾತ್ರಿ... ಮತ್ತೆ ಅದೇ ಬೆಂಕಿ...!" ಅವಳು ಈಶಾಳ ಕಡೆ ಬೆರಳು ತೋರಿಸಿದಳು.

"ಆದರೆ ಈ ಬಾರಿ ಸುಡುವುದು ನಮ್ಮ ವಂಶ ಅಲ್ಲ... ನಿನ್ನ ವಂಶ!"

ಈಶ ಅಳುತ್ತಾ ತಲೆ ಆಡಿಸಿದಳು.

"ಇದು ನನ್ನ ತಪ್ಪಲ್ಲ... ನಾನು ಏನೂ ಮಾಡಿಲ್ಲ... ಅದು ನಮ್ಮ ಅಜ್ಜ ಮಾಡಿದ ಪಾಪ..."

"ತಪ್ಪು ಯಾರದ್ದೇ ಆಗಿರಲಿ!" ಎಂದು ಗುಂಜಿ ಕಿರುಚಿದಳು.

ತೊಟ್ಟಿ ಮನೆ

"ನನ್ನ ಮಗು ಸತ್ತು ಹೋಯ್ತು... ನನ್ನ ಗಂಡ ಸತ್ತು ಹೋದ... ನನ್ನ ತಂದೆ-ತಾಯಿ ಬೂದಿಯಾದರು... ನನ್ನ ಬದುಕೇ ಸುಟ್ಟು ಹೋಯ್ತು!"

ಅವಳ ಧ್ವನಿ ತೊಟ್ಟಿ ಮನೆಯ ಗೋಡೆಗಳಲ್ಲಿ ಪ್ರತಿಧ್ವನಿಸಿತು. ಮುಂದಿನ ಕ್ಷಣ– ಗುಂಜಿ ಮತ್ತೆ ತನ್ನ ಗೆಜ್ಜೆಗಳನ್ನು ಬಿಗಿಯಾಗಿ ಕಟ್ಟಿಕೊಂಡಳು. ತೊಟ್ಟಿ ಮನೆಯ ಅಂಗಳದ ಮಧ್ಯೆ ನಿಂತು ಮೋಹಿನಿ ಅಟ್ಟಂ ಹೆಜ್ಜೆ ಹಾಕಲು ಆರಂಭಿಸಿದಳು.

ಧಿಮಿತ... ಧಿಮಿತ... ಧಿಮಿ ತಕಿತ ತೋಂ...

ಅವಳ ಕಣ್ಣುಗಳಲ್ಲಿ ಈಗ ಕಲೆ ಇರಲಿಲ್ಲ. ಅದು ಪ್ರತೀಕಾರದ ನೃತ್ಯ. ನಂತರ ಆದ್ಯಂತ್ ನಿಧಾನವಾಗಿ ಈಶಾಳ ಎದುರು ನಡೆದುಬಂದ. ಅವನ ಕಣ್ಣುಗಳಲ್ಲಿ ಕೋಪವೂ ಇತ್ತು... ನೋವೂ ಇತ್ತು...

"ಅಂದು ಲೈಬ್ರರಿಯಲ್ಲಿ ಅಲ್ಲೋಲಾ ಪ್ಯಾಲೇಸ್ ಪುಸ್ತಕ ಕೆಳಗೆ ಬೀಳುವಂತೆ ಮಾಡಿದ್ದು ನಾನು. ಆ ಪ್ಯಾಲೇಸ್ ಬಗ್ಗೆ ಎಲ್ಲಾ ಮಾಹಿತಿ ಕಲೆಕ್ಟ್ ಮಾಡಿದ್ದು ಕೂಡ ನಾನು. ನಿನ್ನನ್ನು ಮೊದಲ ದಿನದಿಂದಲೇ ಇಲ್ಲಿಗೆ ತರಬೇಕು ಅಂತ ನಾವು ಪ್ಲಾನ್ ಮಾಡಿದ್ದೆವು, ಈಶಾ..."

ತೊಟ್ಟಿ ಮನೆ

ಈಶಾಳ ಕಣ್ಣುಗಳು ನಡುಗಿದವು.

ಆದ್ಯಂತ್ ಮುಂದುವರಿಸಿದ.

“ನೀನು ತೊಟ್ಟಿ ಮನೆಗೆ ಬಂದ ಮೊದಲ ರಾತ್ರಿಯೇ ನಿನ್ನನ್ನು ಸಾಯಿಸಲು ಪ್ಲಾನ್ ಮಾಡಿದ್ದೆವು. ಅದಕ್ಕಾಗಿಯೇ ಅಂದು ರಾತ್ರಿ ಗೆಜ್ಜೆನಾದ ಕೇಳಿಸಿತು. ಬೆಂಕಿಯ ನೆರಳುಗಳು, ಗೋಡೆಗಳ ಮೇಲೆ ಕಾಣಿಸಿಕೊಂಡ ಆ ಆಕಾರಗಳು... ಇವೆಲ್ಲವೂ ನಾಟಕ.”

ನೀರಾ ನಿಧಾನವಾಗಿ ಹೇಳಿದಳು.

“ಆದರೆ ಆ ಅಹಲ್ಯ ಬಂದಳು... ನಮ್ಮ ಎಲ್ಲಾ ಪ್ಲಾನ್ ಹಾಳುಮಾಡಿದಳು.”

“ಅವಳು ಯಾವಾಗಲೂ ಪ್ರಶ್ನೆ ಕೇಳ್ತಿದ್ಲು...” ಎಂದು ಆದ್ಯಂತ್ ಕೋಪದಿಂದ ಹೇಳಿದ. “ಆದ್ದರಿಂದ ಅವಳ ಅನುಮಾನವನ್ನು ನಿನ್ನ ಕಡೆ ತಿರುಗಿಸಲು ಅಲ್ಲೋಲಾ ಪ್ಯಾಲೇಸ್ ದಾಖಲೆಗಳನ್ನು ನಿನ್ನ ಪೆಟ್ಟಿಗೆಯಲ್ಲಿ ಇಟ್ಟೆವು. ಬೆಳಗ್ಗೆ ಅಹಲ್ಯ ಮುಂದೆ ನಾವು ನಾಟಕ ಮಾಡಿದ್ದೆವು...

‘ನಮಗೆ ಯಾಕೋ ಈಶ ಮೇಲೆ ಅನುಮಾನ ಇದೆ...’ ಅಂತ.”

ತೊಟ್ಟಿ ಮನೆ

ನೀರಾ ತಿರಸ್ಕಾರದಿಂದ ನಕ್ಕಳು.

"ಅವಳೊಬ್ಬಳು ದಡ್ಡಿ... ಎಲ್ಲವನ್ನೂ ನಂಬುತ್ತಾಳೆ ಅಂತ ಅಂದುಕೊಂಡಿದ್ದೆವು."

"ಮತ್ತೆ ನಿನ್ನ ಮೇಲಿದ್ದ ಅನುಮಾನವನ್ನು ರಾಮಪ್ಪನ ಕಡೆ ತಿರುಗಿಸಿದ್ದೆವು. ಸೌರಭ್‌ಗೆ ಸತ್ಯ ಗೊತ್ತಾಗಿತ್ತು... ಅದಕ್ಕಾಗಿ ಅವನನ್ನು ನಾವು ಮುಚ್ಚಿಟ್ಟೆವು."

ಈಶಾಳ ಕಣ್ಣುಗಳಲ್ಲಿ ಭಯ ಹೆಚ್ಚಾಗತೊಡಗಿತು.

"ಆದರೆ..." ಎಂದು ಆದ್ಯಂತ್ ಹಲ್ಲು ಕಚ್ಚಿದ, "ನನ್ನ ಒಂದು ಗೆಜ್ಜೆ ಅಹಲ್ಯ ಕೈಗೆ ಸಿಕ್ಕಿಬಿಟ್ಟಿತು. ಅಲ್ಲಿಂದ ಅವಳಿಗೆ ಅನುಮಾನ ಶುರುವಾಯಿತು."

ಅದೇ ಸಮಯದಲ್ಲಿ...

ಗುಂಜಿ ಅಜ್ಜಿಯ ಮನೆಯ ಗುಪ್ತ ಕೋಣೆಯೊಳಗೆ ಅಹಲ್ಯ, ಸೌರಭ್ ಮತ್ತು ರಾಮಪ್ಪ ಸಿಕ್ಕಿಹಾಕಿಕೊಂಡಿದ್ದರು.

ಗೋಡೆಗಳ ಮೇಲೆ ಹಳೆಯ ಚಿಹ್ನೆಗಳು ಕಾಣಿಸುತ್ತಿದ್ದವು. ಅಹಲ್ಯ ಕೈಯಲ್ಲಿ ಹಿಡಿದಿದ್ದ ಹಳೆಯ ಬೆಳ್ಳಿ ತುಂಡನ್ನು ನೋಡಿದಳು. ಅದೇ ಸರ್ಪದ ಸುತ್ತ ಜ್ವಾಲೆಯ

ತೊಟ್ಟಿ ಮನೆ

ಚಿಹ್ನೆ... ಅದೇ ಚಿಹ್ನೆ ಅವಳು ಮೊದಲು ಗುಪ್ತ ಕೋಣೆಯ ಬಾಗಿಲಿನ ಮೇಲೆ ನೋಡಿದ್ದಳು.

"ಇದು... ಇದೇ ಚಿಹ್ನೆ!" ಎಂದು ಅಹಲ್ಯ ಅಚ್ಚರಿಯಿಂದ ಹೇಳಿದಳು.

ಗೋಡೆಯ ಒಂದು ಭಾಗ ಖಾಲಿಯಾಗಿತ್ತು. ಅವಳು ಕೈಯಲ್ಲಿದ್ದ ಬೆಳ್ಳಿ ತುಂಡನ್ನು ಆ ಜಾಗಕ್ಕೆ ಅಂಟಿಸಿದ ಕ್ಷಣ–

ವರ್ಷಗಳಿಂದ ಮುಚ್ಚಿದ್ದ ಗುಪ್ತ ಬಾಗಿಲು ನಿಧಾನವಾಗಿ ತೆರೆಯತೊಡಗಿತು. ಒಳಗಿನಿಂದ ತಂಪಾದ ಗಾಳಿ ಬೀಸಿತು.

"ಬೇಗ!" ಎಂದು ಅಹಲ್ಯ ಕಿರುಚಿದಳು.

ಮೂವರೂ ಆ ಗುಪ್ತ ದಾರಿಯಲ್ಲಿ ಓಡತೊಡಗಿದರು. ಆ ದಾರಿ ನೇರವಾಗಿ ತೊಟ್ಟಿ ಮನೆಯ ಒಳಭಾಗಕ್ಕೆ ಬರುತ್ತಿತ್ತು...

ಇತ್ತ ಆದ್ಯಂತ್ ಮಾತು ಮುಂದುವರಿಸಿದ.

"ಈ ಜಾಗ ಯಾರೂ ಕೊಳ್ಳಲು ಬರೋದಿಲ್ಲ ಅನ್ನೋದು ನಮಗೆ ಗೊತ್ತಿತ್ತು. ಅದಕ್ಕಾಗಿಯೇ ನಮ್ಮ ಮಾವ ರಾಜೇಶ್ ಶರ್ಮಾನೂ ಈ ಆಟಕ್ಕೆ

ಸೇರಿಸಿಕೊಂಡೆವು. ಎಲ್ಲ ಸತ್ಯವನ್ನೂ ಅವರಿಗೆ ಹೇಳಿದ್ದೆವು... ಅವರು ಒಪ್ಪಿಕೊಂಡರು."

ಅವನು ನಿಧಾನವಾಗಿ ಈಶಾಳ ಹತ್ತಿರ ಬಂದು ನಿಂತ.

"ಇಂದು... ನಿನ್ನ ಅಂತ್ಯ."

"ಸಾಕು!!" ಈಶಾ ಜೋರಾಗಿ ಕಿರುಚಿದಳು.

ಅವಳ ಕಣ್ಣೀರು ನಿಲ್ಲುತ್ತಿರಲಿಲ್ಲ.

"ಯಾರೋ ಮಾಡಿದ ತಪ್ಪಿಗೆ ಇನ್ನಾರಿಗೋ ಶಿಕ್ಷೆ ಕೊಡ್ತಿದ್ದೀರ! ಇದು ಯಾವ ನ್ಯಾಯ?! ನಾನು ನಿಮ್ಮ ಸ್ನೇಹಿತೆ ಅಲ್ಲವಾ?! ಇಷ್ಟು ವರ್ಷ ನಮ್ಮ ಸ್ನೇಹ... ನಮ್ಮ ನೆನಪುಗಳು... ನಮ್ಮ ಭಾವನೆಗಳು... ಅವೆಲ್ಲಾ ಸುಳ್ಳಾ?!" ಅವಳು ಅಳುತ್ತ ಕುಸಿದುಬಿದ್ದಳು.

ನೀರಾಳ ಮುಖ ಗಟ್ಟಿಯಾದಿತು.

"ಹೌದು. ಸುಳ್ಳೇ."

ಆ ಮಾತು ಕೇಳಿ ಈಶಾಳ ಹೃದಯವೇ ಒಡೆದಂತಾಯಿತು.

ತೊಟ್ಟಿ ಮನೆ

"ನಮ್ಮ ಅಮ್ಮನ ಜೀವನ ಸುಳ್ಳಾಯ್ತು... ಅವಳ ಕನಸುಗಳು ಸುಟ್ಟವು... ನಮ್ಮ ಕುಟುಂಬ ನಾಶವಾಯಿತು... ಅವತ್ತು ನೀನು ನಮ್ಮ ಅಮ್ಮನನ್ನು 'ಹುಚ್ಚಿ' ಅಂತ ಬೈದಾಗ ನನಗೆ ಎಷ್ಟು ನೋವಾಗಿತ್ತು ಗೊತ್ತಾ?! ಅವಳನ್ನು ಹುಚ್ಚಿ ಮಾಡಿದ್ದು ನೀವೂ... ನಿಮ್ಮ ಕುಟುಂಬವೂ!"

ಈಶಾ ಅಳುತ್ತ ತಲೆ ಆಡಿಸಿದಳು.

"ಅಹಲ್ಯ ನನ್ನ ಸಹಾಯಕ್ಕೆ ಬರುತ್ತಾಳೆ... ಅವಳಿಗೆ ಈಗ ಸತ್ಯ ಗೊತ್ತಿದೆ..."

ಆದ್ಯಂತ್ ವ್ಯಂಗ್ಯವಾಗಿ ನಕ್ಕ.

"ಆ ದಡ್ಡಿ ನಿನ್ನ ಸಹಾಯಕ್ಕೆ ಬರ್ತಾಳಾ?" ಅಷ್ಟರಲ್ಲಿ–

ತೊಟ್ಟಿ ಮನೆಯ ಬಾಗಿಲು ಭಾರಿಯಾಗಿ ತೆರೆಯಿತು.

"ನಾನು ದಡ್ಡಿ ಅಲ್ಲ."

ಎಂದು ಅಹಲ್ಯ ಗಟ್ಟಿಯಾಗಿ ಹೇಳಿದಳು.ಎಲ್ಲರೂ ಬೆಚ್ಚಿಬಿದ್ದರು. ಅಹಲ್ಯ ಮುಂದೆ ಬಂದಳು.

"ನಿಮ್ಮ ಗುಟ್ಟು ಬಯಲಿಗೆಳೆಯಲು ಬಂದಿದ್ದೇನೆ!"

ರಾಜೇಶ್ ಶರ್ಮಾ ಮತ್ತು ಗುಂಜಿ ತಕ್ಷಣ ಹಿಂದಿನಿಂದ ಬಂದು ಅಹಲ್ಯ, ರಾಮಪ್ಪ ಮತ್ತು ಸೌರಭ್‌ರನ್ನು ಹಿಡಿದುಕೊಂಡರು.

ರಾಜೇಶ್ ಶರ್ಮಾ ಕೈಯಲ್ಲಿದ್ದ ಕತ್ತಿಯನ್ನು ಆದ್ಯಂತ್ ಕಡೆ ಎಸೆದ.

"ಮುಗಿಸಿಬಿಡು!"

ಆದ್ಯಂತ್ ಕತ್ತಿಯನ್ನು ಎತ್ತಿಕೊಂಡ. ಈಶಾ ಭಯದಿಂದ ಕಣ್ಣು ಮುಚ್ಚಿಕೊಂಡಳು. ಆ ಕ್ಷಣ–

ಅಧ್ಯಾಯ ೭ : "ಸತ್ಯ"

"ನಿಲ್ಲಿಸಿ!!!"

ರಾಮಪ್ಪ ಜೋರಾಗಿ ಕಿರುಚಿದ. ಎಲ್ಲರೂ ಅವನತ್ತ ತಿರುಗಿ ನೋಡಿದರು. ರಾಮಪ್ಪನ ಕಣ್ಣುಗಳಲ್ಲಿ ಕಣ್ಣೀರು ತುಂಬಿಕೊಂಡಿತ್ತು.

ತೊಟ್ಟಿ ಮನೆ

"ಈಶಾಳ ಕುಟುಂಬ ಈ ಎಲ್ಲಕ್ಕೂ ಕಾರಣ ಅಲ್ಲ... ಅಲ್ಲವೇ ಅಲ್ಲ...!" ತೊಟ್ಟಿ ಮನೆಯೊಳಗೆ ಮೌನ ಆವರಿಸಿತು. ರಾಮಪ್ಪ ನಡುಗುವ ಧ್ವನಿಯಲ್ಲಿ ಸತ್ಯ ಹೇಳಲು ಆರಂಭಿಸಿದ.

"ಒಂದು ಕಾಲದಲ್ಲಿ ನಾನು ಪಂಚಾಯಿತಿ ಅಧ್ಯಕ್ಷನಾಗಿದ್ದೆ. ಜನರಿಂದ ಹಣ ಕದ್ದೆ... ಮೋಸ ಮಾಡಿದೆ... ದೊಡ್ಡ ದೊಡ್ಡ ಮನೆ ಕಟ್ಟಿದೆ... ಆದರೆ ಒಂದು ದಿನ ಗುಂಜಿಯ ಅಪ್ಪ-ಅಮ್ಮ ನನ್ನ ಸತ್ಯ ಕಂಡುಹಿಡಿದರು. ಎಲ್ಲರ ಮುಂದೆ ನನ್ನನ್ನು ಅವಮಾನ ಮಾಡಿದರು. ನನ್ನ ಹುದ್ದೆ ಹೋಯ್ತು... ಗೌರವ ಹೋಯ್ತು... ಊರಿನಿಂದ ಹೊರಹಾಕಲ್ಪಟ್ಟೆ..." ಅವನು ಅಳತೊಡಗಿದ. "ಆ ಸಮಯದಲ್ಲೇ ಗುಂಜಿ ಕಂಠಿಯನ್ನು ಮದುವೆಯಾಗಿದ್ದಳು. ಅದನ್ನೇ ನಾನು ಉಪಯೋಗಿಸಿಕೊಂಡೆ. ಮಾರು ವೇಷ ಹಾಕಿಕೊಂಡು ಊರಿನ ಜನರ ಬಳಿ ಹೋಗಿ...

'ಜಮೀನ್ದಾರನ ಆದೇಶ! ಈ ಹೆಂಗಸಿಂದ ಊರಿಗೆ ಶಾಪ ಬಂದಿದೆ! ಬೆಳೆ ಇಲ್ಲ! ರೋಗ ಹರಡುತ್ತಿದೆ! ಮಳೆ ಬರುತ್ತಿಲ್ಲ!'

ಅಂತ ಸುಳ್ಳು ಹೇಳಿದೆ. ಜನರು ನಂಬಿದರು... ಅವರು ತೊಟ್ಟಿ ಮನೆಗೆ ಬೆಂಕಿ ಹಚ್ಚಿದರು..."

ಗುಂಜಿಯ ದೇಹ ನಡುಗತೊಡಗಿತು. ನೀರಾ ಮತ್ತು ಆದ್ಯಂತ್ ಸ್ಥಬ್ಧರಾದರು. ರಾಮಪ್ಪ ಈಶಾಳತ್ತ ನೋಡಿದ.

"ಈಶಾ ನನ್ನ ಮೊಮ್ಮಗಳ ವಯಸ್ಸಿನವಳು... ಅವಳ ನೋವು ನೋಡಕ್ಕಾಗಲಿಲ್ಲ... ಅದಕ್ಕೇ ಇಂದು ಸತ್ಯ ಹೇಳಿದೆ..."

ಅವನು ಕೈ ಜೋಡಿಸಿದ.

"ನನ್ನನ್ನು ಕ್ಷಮಿಸಿ..."

ಗುಂಜಿ ಜೋರಾಗಿ ಕಿರುಚತೊಡಗಿದಳು.

"ಇಲ್ಲllllllll!!"

ಅವಳ ಜಗತ್ತೇ ಕುಸಿದುಬಿದ್ದಂತಾಯಿತು. ರಾಜೇಶ್ ಶರ್ಮಾ ನಡುಗಿದ. "ಅಂದರೆ... ನಾನು...? ನಾನು ತಪ್ಪಿಲ್ಲದವರನ್ನು ಕೊಂದೆನಾ...?"

ಅಹಲ್ಯ ಕೋಪದಿಂದ ರಾಮಪ್ಪನತ್ತ ನೋಡಿದಳು.

"ನಿಮ್ಮ ಸುಳ್ಳಿನಿಂದ ಎಷ್ಟು ಜನರ ಜೀವನ ಹಾಳಾಯಿತು ಗೊತ್ತಾ?! ಇನ್ನು ಸಾಕು! ಪೊಲೀಸ್ ಮುಂದೆ ಸತ್ಯ ಒಪ್ಪಿಕೊಳ್ಳಿ!"

ತೊಟ್ಟಿ ಮನೆ

ರಾಮಪ್ಪ ತಲೆತಗ್ಗಿಸಿದ.

"ಹೌದು... ನನಗೆ ನನ್ನ ಪಾಪದ ಅರಿವು ಆಗಿದೆ..."

ಇತ್ತ ನೀರಾ ಮತ್ತು ಆದ್ಯಂತ್ ಕಣ್ಣೀರು ಹಾಕುತ್ತ ಈಶಾಳ ಕೈಗಳನ್ನು ಬಿಚ್ಚಿದರು. ಅವರು ಅವಳ ಕಾಲಿಗೆ ಬಿದ್ದರು.

"ನಮ್ಮನ್ನು ಕ್ಷಮಿಸು... ನಮ್ಮ ಅಮ್ಮನ ನೋವಿನಲ್ಲಿ ನಾವು ಅಂಧರಾಗಿದ್ದೆವು... ಒಮ್ಮೆ ಕೂಡ ಸತ್ಯ ಯೋಚಿಸಲಿಲ್ಲ..."

ಈಶಾ ಕಣ್ಣೀರು ಒರೆಸಿಕೊಂಡಳು.

"ಕ್ಷಮಿಸಿದರೆ ಎಲ್ಲವೂ ಮರೆಯಲಾಗಲ್ಲ... ನನಗೆ ಇನ್ನೂ ನೋವಿದೆ... ಆದರೆ... ನಾನು ಅನಾಥೆ ಅಂತ ಅಂದುಕೊಂಡಿದ್ದೆ... ಈಗ ನನಗೆ ಅಕ್ಕ ಇದ್ದಾಳೆ... ಅಣ್ಣ ಇದ್ದಾನೆ... ಕುಟುಂಬ ಸಿಕ್ಕಿದೆ..."

ಗುಂಜಿ ದೂರದಲ್ಲಿ ಕುಳಿತೇ ಅಳುತ್ತಾ ನಗುತ್ತಿದ್ದಳು.

"ತೊಟ್ಟಿ ಮನೆಯಲ್ಲಿ ಭಾವನೆಗಳು ಯಾವತ್ತೂ ಸಾಯಲ್ಲ..." ಎಂದು ಈಶಾ ನಿಧಾನವಾಗಿ ಹೇಳಿದಳು.

ತೊಟ್ಟಿ ಮನೆ

ಅಷ್ಟರಲ್ಲಿ ಹೊರಗಡೆ ಪೊಲೀಸ್ ಜೀಪ್ ಶಬ್ದ ಕೇಳಿಸಿತು. ಗುಂಜಿಯ ಕುಟುಂಬ ಬೆಚ್ಚಿಬಿತ್ತು. ರಾಮಪ್ಪ ಮುಂದೆ ಬಂದು ಕತ್ತಿ ಹಿಡಿದ.

"ಇದೆಲ್ಲಾ ನಾನು ಮಾಡಿದ್ದು..." ಎಂದು ಪೊಲೀಸರ ಮುಂದೆ ಒಪ್ಪಿಕೊಂಡ. ಪೊಲೀಸರು ಅವನನ್ನು ಕರೆದುಕೊಂಡು ಹೋದರು. ಗುಂಜಿಗೆ ಇನ್ನೂ ಏನೂ ಅರ್ಥವಾಗುತ್ತಿರಲಿಲ್ಲ. ಅವಳು ಹುಚ್ಚಿಯಂತೆ ಒಂದೇ ಮಾತು ಹೇಳುತ್ತಿದ್ದಳು–

"ಕ್ಷಮಿಸಿ... ಕ್ಷಮಿಸಿ..."

ಅಹಲ್ಯ ಮತ್ತು ಈಶಾ ಅವಳನ್ನು ಅಪ್ಪಿಕೊಂಡರು.

"ನಾವು ನಿಮಗೆ ಚಿಕಿತ್ಸೆ ಕೊಡಿಸುತ್ತೇವೆ..." ಎಂದು ಮಾತುಕೊಟ್ಟರು. ನೀರಾ ಮತ್ತು ಆದ್ಯಂತ್ ಈಶಾಳ ಎದುರು ನಿಂತರು.

"ಇನ್ನು ಮುಂದೆ... ನಮ್ಮ ನಿಜವಾದ ಗೆಳೆತನ ಶುರು."

ಮೊದಲ ಬಾರಿ ಮೂವರ ಮುಖದಲ್ಲೂ ನಿಜವಾದ ನಗು ಮೂಡಿತು. ಅಷ್ಟರಲ್ಲಿ–ಫೋನ್ ರಿಂಗ್ ಆಯಿತು.ಕಾಲೇಜ್ ಟೀಚರ್ ಜೋರಾಗಿ ಬೈಯತೊಡಗಿದರು.

ತೊಟ್ಟಿ ಮನೆ

"ಇನ್ನೆಷ್ಟು ದಿನ ಪ್ರಾಜೆಕ್ಟ್ ಅಂತ ಹೇಳಿ ಕಾಣೆಯಾಗ್ತೀರಾ?!"

ಎಲ್ಲರೂ ಒಬ್ಬರ ಮುಖ ನೋಡಿ ನಕ್ಕರು.

"ಇನ್ನೂ ಮೂರು ದಿನ ಮ್ಯಾಡಂ!" ಎಂದು ಒಟ್ಟಿಗೆ ಹೇಳಿದರು.

ಮಾರನೇ ದಿನ ಎಲ್ಲರೂ ನಳಿನಿಯ ಮನೆಗೆ ಹೋದರು. ಸತ್ಯ ಕೇಳಿದ ನಳಿನಿ ಅಳುತ್ತಾ ಈಶ ತನ್ನ ತಂಗಿ ಎಂದು ತಿಳಿದು ಅಪ್ಪಿಕೊಂಡಳು.

"ಮಗಳೇ... ನೀನು ಬದುಕಿದ್ದೀಯಲ್ಲ... ಅದೇ ಸಾಕು..."

ಆಮೇಲೆ ಅವರು ಅಲ್ಲೋಲಾ ಪ್ಯಾಲೇಸ್ ಕುರಿತ ಪ್ರಾಜೆಕ್ಟ್ ಪೂರ್ಣಗೊಳಿಸಿದರು. ಬಹಳ ವರ್ಷಗಳ ನಂತರ ಮೊದಲ ಬಾರಿಗೆ ಎಲ್ಲರೂ ಮನಸಾರೆ ನಗುತ್ತಿದ್ದರು.ಕೆಲ ದಿನಗಳ ನಂತರ...

ನೀರಾ, ಆದ್ಯಂತ್ ಮತ್ತು ಈಶಾ ಮತ್ತೆ ತೊಟ್ಟಿ ಮನೆಯ ಮುಂದೆ ನಿಂತಿದ್ದರು. ಸುಟ್ಟ ಗೋಡೆಗಳು ಈಗ ಮೌನವಾಗಿದ್ದವು. ಆದರೆ ಆ ಮನೆಯೊಳಗೆ ಇನ್ನೂ ನೆನಪುಗಳು ಜೀವಂತವಾಗಿದ್ದವು. ಅಷ್ಟರಲ್ಲಿ ಸಿದ್ದಪ್ಪ ಬಂದು ಕೇಳಿದ.

"ಮೇಡಂ, ಮನೆ ಕೊಳ್ಳೋಕೆ ಜನ ಬಂದಿದ್ದಾರೆ..."

ತೊಟ್ಟಿ ಮನೆ

ರಾಜೇಶ್ ಶರ್ಮಾ ನಿಧಾನವಾಗಿ ನಕ್ಕ.

"ಈ ಮನೆ ಮಾರೋ ಪರಿಸ್ಥಿತಿ ಈಗ ಇಲ್ಲ."

ಅವನು ತೊಟ್ಟಿ ಮನೆಯತ್ತ ನೋಡಿದ.

"ಇನ್ನು ಮುಂದೆ ಈ ಮನೆಯನ್ನು ನಾವು ಮತ್ತೆ ಕಟ್ಟುತ್ತೇವೆ... ಹೊಸ ನೆನಪುಗಳಿಂದ ತುಂಬುತ್ತೇವೆ..."

ಎಲ್ಲರೂ ಸಂತೋಷದಿಂದ ತಲೆ ಆಡಿಸಿದರು.

"ಲೀಗಲ್ ಪೇಪರ್ಸ್ ರೆಡಿ ಇದೆ!" ಎಂದು ನೀರಾ ನಕ್ಕಳು. "ಬೇಗ renovation ಶುರು ಮಾಡೋಣ! ಬಾ ಆರ್ಡರ್ ಮಾಡಿದ್ದ ಊಟ ಬಂದಿದೆ ಮೊದಲು ಊಟ ಮಾಡೋಣ . ಈಶಾ ನಗುತ್ತ ಹೇಳಿದಳು.

"ನೀವು ಹೋಗಿ... ನಾನು ಬರುತ್ತೀನಿ..."

ಎಲ್ಲರೂ ಒಳಗೆ ನಡೆದರು. ಈಶಾ ಮಾತ್ರ ತೊಟ್ಟಿ ಮನೆಯ ಮುಂದೆ ನಿಂತಳು. ಅವಳು ಮೊಬೈಲ್ ತೆಗೆದು ಆ ಮನೆಯ ಜೊತೆ ಒಂದು ಸೆಲ್ಫಿ ತೆಗೆದುಕೊಂಡಳು. ಅದೇ ಕ್ಷಣದಲ್ಲಿ...ಗಾಳಿ ನಿಧಾನವಾಗಿ ಬೀಸಿತು. ಗೆಜ್ಜೆನಾದ

ಕೇಳಿಸಿತು. ಈಶಾ ನಿಧಾನವಾಗಿ ಹಿಂದೆ ತಿರುಗಿ ನೋಡಿದಳು. ತೊಟ್ಟಿ ಮನೆ ಅದು ಭಯನಾಕವಾಗಿರಲಿಲ್ಲ. ಈಶಾ ಕಣ್ಣಲ್ಲಿ ಸಣ್ಣ ನಗು ಮೂಡಿತು.

"ತೊಟ್ಟಿ ಮನೆಯಲ್ಲಿ ಭಾವನೆಗಳು ಇನ್ನೂ ಜೀವಂತವಾಗಿವೆ..." ಎಂದು ನಿಧಾನವಾಗಿ ಹೇಳಿದಳು. ಆಮೇಲೆ ಅವಳು ಊಟ ಮಾಡಲು ತೆರಳಿದರು. ಗೆಜ್ಜೆನಾದ ಮಾತ್ರ ಇನ್ನೂ ಕೇಳಿಸುತ್ತಲೇ ಇತ್ತು...

"ಧಿಮಿತ ಧಿಮಿತ ಧಿಮಿ ಧಿಮಿಕಿಟ ಕಿಟತೊಂತೋ..

ತೋಂ ತರಿಕಿಟ ತರಿಕಿಟ ಕಿಟತೋಂ..."